Dr. Jaerock Lee

AF116157

Kesheni Na Kuomba

URIM BOOKS

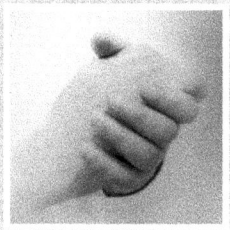

*[Yesu] akawajia wale wanafunzi
akawakuta wamelala, akamwambia Petro,
"Je! Hamkuweza kukesha
pamoja nami hata saa moja?
Kesheni, mwombe,
msije mkaingia majaribuni;
roho i radhi, lakini mwili ni dhaifu."
(Mathayo 26:40-41)*

KESHENI NA KUOMBA na Dr. Jaerock Lee
Kimechapishwa na Urim Books(Mkurugenzi Mkuu: Johnny. H. Kim)
235-3, Guro-dong 3, Guro-gu, Seoul, Korea 152-848
www.urimbooks.com

Haki zote zimehifadhiwa. Hairuhusiwi kunakili kitabu hiki au sehemu ya kitabu hiki katika mfumo wa aina yoyote, kutunzwa katika mfumo ambao kinaweza kusambazwa au kupatikana tena kwa namna au njia yoyote ile, au kubadilishwa katika namna yoyote ile, kielekroniki, kimakenika, kutolewa kivuli (fotokopi), kurekodiwa au vinginevyo, bila idhini ya maandishi kutoka kwa mchapaji.

Hakimiliki©2010 na Dr. Jaerock Lee
ISBN: 979-11-263-1084-5 03230
Hakimiliki ya Kutafsiri©2007 na Dr. Esther K. Chung. Imetumiwa kwa ruhusa.

Awali kilichapishwa kwa Kikorea na Urim Books 1992

Kimechapishwa kwa Mara ya Kwanza Februari 2007

Kimehaririwa na Dr. Geumsun Vin
Jalada limesanifiwa na Editorial Bureau of Urim Books
Kimepigwa chapa na Yewon Priting Company
Kwa taarifa zaidi wasiliana na urimbook@hotmail.com

Ujumbe juu ya Uchapishaji

Mungu anapotuamuru tuombe bila kukoma, pia anatuagiza katika njia nyingi kuhusu kwa nini ni lazima tuombe bila kukoma na anatuonya tuombe tusije tukaingia majaribuni. Kama kupumua kwa kila mara kulivyo rahisi kwa mtu mwenye afya njema, ndivyo mtu mwenye afya njema kiroho anavyoona kuishi kwa kufuata Neno la Mungu na kuomba bila kukoma kuwa jambo la kawaida na wala si jambo gumu. Hii ni kwa sababu kwa kiasi mtu anachoomba ndivyo anavyoweza kufurahia afya njema na kila kitu kitamwendea vizuri kama roho yake inavyoendelea vizuri. Kwa hivyo umuhimu wa maombi, umesisitizwa sana.

Mtu ambaye maisha yake yamefika mwisho hawezi kuvuta hewa kupitia kwa tundu za pua lake. Vivyo hivyo, mtu ambaye roho yake imekufa hawezi kuvuta hewa ya kiroho. Kwa maneno mengine, roho ya mwanadamu iliuawa kwa sababu ya dhambi ya Adamu, lakini wale ambao roho zao zimefufuliwa na Roho Mtakatifu lazima wasikose kuomba roho zao zinapokuwa hai, kama tu vile hatuwezi kupumzika kuvuta hewa.

Waamini wapya ambao wamemkubali Yesu Kristo hivi karibuni tu ni kama watoto wachanga. Hawajui jinsi ya kuomba na huelekea kuona kuomba kuwa jambo la kuchosha. Hata hivyo, kama hawataacha kutegemea Neno la Mungu na waendelee kuomba kwa bidii, roho zao zitakua na zitiwe nguvu wanapoomba kwa nguvu. Kisha hawa watu watatambua kwamba hawawezi kuishi bila kuomba, kama tu vile ambavyo hakuna mtu anayeweza kuishi bila kuvuta hewa.

Maombi si pumzi zetu za kiroho tu bali njia ya mazungumzo kati ya Mungu na watoto wake, ambayo siku zote ni lazima ibaki wazi. Ukweli kwamba mazungumzo kati ya wazazi wengi na watoto wao yamekatika katika jamaa za kisasa leo ni janga kubwa. Kuaminiana kumeharibika na uhusiano wao ni wa mazoea tu. Hata hivyo, hakuna jambo ambalo hatuwezi kumwambia Mungu wetu.

Mwenyezi Mungu wetu ni Baba anayejali, anayetujua na kutufahamu vizuri sana, hutupatia usikivu wake wakati wote, na hutaka tuzungumze naye kila wakati. Kwa hivyo, kwa waumini wote, maombi ni ufunguo wa kubisha na kufungua mlango wa moyo wa mwenyezi Mungu na silaha inayovuka wakati na nafasi. Je, hatujaona, hatujasikia, na kushuhudia moja kwa moja Wakristo wengi ambao maisha yao yamebadilika na mwelekeo wa historia ya ulimwengu kugeuzwa kwa sababu ya maombi yenye uwezo?

Tunapoomba kwa unyenyekevu msaada wa Roho Mtakatifu tunapoomba, Mungu atatujaza Roho Mtakatifu, aturuhusu kuelewa mapenzi yake kwa urahisi zaidi na tuishi kwa kufuata hayo, na atuwezeshe kumshinda adui ibilisi na tuwe washindi katika ulimwengu huu. Hata hivyo, mtu anapokosa mwongozo wa Roho Mtakatifu kwa sababu ya kutoomba, kwanza atategemea sana mawazo na nadharia yake, na kuishi katika mambo yasiyokuwa kweli ambako ni kinyume na mapenzi ya

Mungu. Na itakuwa vigumu kwake kupokea wokovu. Hiyo ndiyo sababu Biblia katika Wakolosai 4:2 inatwambia, "Dumuni sana katika kuomba, mkikesha katika kuomba huku na shukrani." na katika Mathayo 26:41, "Kesheni, mwombe, msije mkaingia majaribuni; roho i radhi, lakini mwili ni dhaifu." Sababu ya Mwana mmoja na wa pekee wa Mungu Yesu aliweza kukamilisha kazi zake zote kulingana na mapenzi ya Mungu ni kwa sababu ya uwezo wa maombi. Kabla kuanza kazi yake, Bwana wetu Yesu alifunga kwa siku 40 na akaonyesha mfano wa maisha ya maombi kila alipoweza hata katika kazi yake ya miaka mitatu.

Tunapata Wakristo wengi wanatambua umuhimu wa maombi, lakini wengi wao hushindwa kupokea majibu ya Mungu kwa sababu hawajui namna ya kuomba kulingana na mapenzi ya Mungu. Nimevunjika moyo kuona na kusikia watu kama hao kwa muda mrefu, lakini ninafurahi sana kuchapisha kitabu kuhusu maombi chenye msingi wa zaidi ya miaka 20 ya kazi na kushuhudia moja kwa moja.

Ninatumaini kwamba hiki kitabu kidogo kitakuwa cha msaada mkubwa kwa kila msomaji katika mkutano na kumwona Mungu, na kuishi maisha ya maombi yenye uwezo. Naomba kila msomaji awe macho na aombe bila kukoma ili aweze kufurahia afya njema na kila kitu kimwendee vizuri kama roho yake inavyoendelea vizuri. Katika jina la Bwana wetu ninaomba!

Jaerock Lee

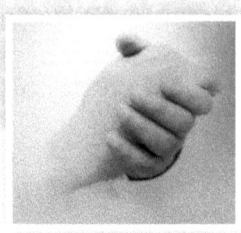

Yaliyomo
KESHENI NA KUOMBA

Ujumbe juu ya Uchapishaji

Sura ya 1
Ombeni, Tafuteni, na Bisheni • 1

Sura ya 2
Amini kwamba Umevipokea • 21

Sura ya 3
Aina ya Maombi ambayo Mungu Anapendezwa Nayo • 35

Sura ya 4
Msije Mkaingia Majaribuni • 57

Sura ya 5
Maombi ya Mwenye Haki Yaletayo Matokeo Tarajiwa • 73

Sura ya 6
Ikiwa Wawili Wenu Watakubaliana hapa Duniani • 85

Sura ya 7
Unapaswa Kuomba na Tusife Moyo • 101

Sura ya 1

Ombeni, Tafuteni, na Bisheni

"Ombeni, nanyi mtapewa;
tafuteni, nanyi mtaona;
bisheni, nanyi mtafunguliwa.
Kwa maana kila aombaye hupokea;
naye atafutaye huona;
naye abishaye atafunguliwa.
Au kuna mtu yupi kwenu, ambaye,
mwanawe akimwomba mkate, atampa jiwe?
Au akiomba samaki,
atampa nyoka?
Basi ikiwa ninyi, mlio waovu, mnajua kuwapa watoto wenu
vipawa vyema,
je! Si zaidi sana Baba yenu aliye mbinguni
atawapa mema wao wamwombao!"

(Mathayo 7:7-11)

1. Mungu Huwapa Vipawa Vizuri Wale Wamwombao

Mungu hataki watoto wake wateseke kwa umaskini na magonjwa bali anataka kila jambo maishani mwao liende vizuri. Hata hivyo, tukikaa tu bila kufanya jitihada zozote, hatutavuna chochote. Ingawa Mungu anaweza kutupatia kila kitu humu ulimwenguni, kwa kuwa kila kitu humu ulimwenguni ni chake, anataka watoto wake waombe, watafute, na wapate kivyao kama mithali isemayo, "Unaweza kumlisha mtoto mchanga aliaye."

Kama kuna mtu anayetamani kupokea chochote akiwa anangojea tu bila kufanya chochote, hana tofauti na maua yaliyopandwa bustanini. Wazazi wangevunjika moyo namna gani kama watoto wao wangekuwa kama mimea isiyoenda popote na kutumia siku nzima kitandani bila kufanya jitihada za kuishi maisha yao wenyewe? Tabia kama hiyo ni kama ile ya mwanamume mvivu anayepoteza wakati wake wote akingojea tunda kutoka mtini lianguke mdomoni mwake.

Mungu anataka tuwe watoto wake wenye hekima na waangalifu, wanaoomba, wanaotafuta, na kubisha kwa ari, hivyo basi kufurahia baraka zake na kumpa yeye utukufu. Kwa kifupi, hiyo ndiyo sababu Anatuamuru tuombe, tutafute, na tubishe. Hakuna mzazi ambaye mwanawe akimwomba mkate yeye atampa jiwe. Hakuna mzazi ambaye mwanawe akimwomba samaki yeye atampa nyoka. Hata kama mzazi ni mbaya namna gani, anatamani kuwapa watoto wake vipawa vizuri. Je, huoni kwamba Mungu wetu – aliyetupenda hata akamtoa Mwanawe wa pekee afe kwa ajili yetu – atawapa watoto wake vipawa vizuri wanapomwomba?

Katika Yohana 15:16 Yesu anatwambia, "Si ninyi mlionichagua mimi, bali ni mimi niliyewachagua ninyi; nami nikawaweka mwende mkazae matunda; na matunda yenu yapate kukaa; ili kwamba lo lote mmwombalo Baba kwa jina langu awapeni." Hii ndiyo ahadi ya dhati ya mwenyezi Mungu wa upendo kwamba tunapoomba, kutafuta, na kubisha kwa ari, atafungua malango ya mbinguni, atubariki, na kujibu hata matamanio ya mioyo yetu.

Kwa kutumia fungu ambalo ndilo msingi wa Sura hii, natujifunze jinsi ya kuomba, kutafuta, na kubisha kwa dhati na kupokea kila tunachoomba kutoka kwa Mungu ili utukufu mkuu uwe kwake na furaha kuu iwe kwetu.

2. Ombeni Nanyi Mtapewa

Mungu huwaambia watu wote, "Ombeni, nanyi mtapewa," na anataka kila mmoja awe mtu mbarikiwa anayepokea kila kitu anachoomba. Basi anatwambia tuombe nini?

1) Ombeni Mpate Nguvu za Mungu na Muuone Uso Wake

Baada ya Mungu kuumba mbingu na nchi na vyote vilivyomo, alimuumba mwanadamu. Akawabariki wanadamu na akawaambia, zaeni, mkaongezeke, mkaijaze nchi, na kuitiisha; mkatawale samaki wa baharini, na ndege wa angani, na kila kiumbe chenye uhai kiendacho juu ya nchi.

Hata hivyo, baada ya mwanadamu wa kwanza kukosa kutii Neno la Mungu, alipoteza hizo baraka na akajificha kutoka kwa Mungu aliposikia sauti yake (Mwanzo 3:8). Zaidi ya hayo, wanadamu waliokuwa wenye dhambi wametengwa mbali na Mungu na wakapelekwa katika njia ya maangamizi kama watumwa wa adui ibilisi.

Kwa ajili ya wenye dhambi hawa, Mungu wa upendo alimtuma Mwanawe Yesu Kristo duniani ili awaokoe, na akafungua mlango wa wokovu wao. Na mtu yeyote atakayemkubali Yesu Kristo kama Mwokozi wake na kuamini jina lake, Mungu humsamehe dhambi zake zote na kumpa kipawa cha Roho Mtakatifu.

Zaidi ya hayo, imani katika Yesu Kristo hutuongoza katika wokovu na hutuwezesha kupokea nguvu za Mungu. Ni wakati tu Mungu anapotupa nguvu zake na uwezo wake, ndipo tunapoweza kuishi maisha ya kidini kwa ufanisi. Kwa maneno mengine, ni kwa neema na nguvu kutoka juu peke yake ndipo tunaweza kuushinda ulimwengu na kuishi kulingana na Neno la Mungu. Na tunahitaji kupokea uwezo wake ili tumshinde ibilisi.

Zaburi 105:4 inatwambia, "Mtakeni BWANA na nguvu zake, Utafuteni uso wake sikuzote." Mungu wetu ni "MIMI NIKO AMBAYE NIKO" (Kutoka 3:14), Muumba mbingu na nchi (Mwanzo 2:4), na Msimamizi wa historia yote na kila kitu katika ulimwengu kuanzia mwanzo na milele. Mungu ndiye Neno, na kwa Neno aliumba vitu vyote ulimwenguni na kwa hivyo, Neno lake ni uwezo. Kwani maneno ya wanadamu hubadilika siku zote, hayana uwezo wowote wa kuumba au kufanya mambo yafanyike. Tofauti na maneno ya mwanadamu ambayo si ya kweli na yanabadilika siku zote, Neno la Mungu lihai na limejaa uwezo, na linaweza kufanya kazi ya uumbaji.

Kwa hivyo, hata mtu awe dhaifu namna gani, anaposikia Neno la Mungu lililo hai na kuliamini bila tashwishwi, yeye pia, anaweza kufanya kazi ya uumbaji na kuumba kitu bila kutumia kitu chochote. Kuumba kitu bila kutumia kitu chochote haiwezekani bila mtu kuamini Neno la Mungu. Hiyo ndiyo sababu Yesu alitangaza kwa wote waliomjia, "Na iwe kwako kama ulivyoamini" (Mathayo 8:13). Kwa jumla, kuomba nguvu za Mungu ni sawa na kumwomba atupatie imani.

Basi, kusema "Utafuteni uso wake siku zote" maana yake ni

nini? Kama vile ambavyo hatuwezi tu kuambiwa "tunamjua" mtu fulani bila kujua uso wake, "kutafuta uso wake" ni jitihada tunazopaswa kutia katika kumvumbua "Mungu ni nani." Inamaanisha wale ambao wamejiepusha na kuona uso wa Mungu na kusikia sauti yake hapa awali, sasa wanafungua mioyo yao, kumtafuta na kumfahamu Mungu, na kujaribu kusikia sauti yake. Mwenye dhambi hawezi kuinua kichwa chake na kujaribu kugeuza uso wake kutoka kwa wengine. Hata hivyo, mara tu anapopokea msamaha, anaweza kuinua kichwa chake juu na kuwaona watu wengine.

Vivyo hivyo, wanadamu wote wamekuwa wenye dhambi kupitia kwa kutotii Neno la Mungu, lakini mtu akisamehewa kwa kumkubali Yesu Kristo na kuwa mtoto wa Mungu kwa kumpokea Roho Mtakatifu, anaweza sasa kumwona Mungu ambaye yeye mwenyewe ndiye Nuru, kwani Mungu mwenye haki amemtangaza kuwa mwenye haki.

Sababu muhimu zaidi ambayo Mungu huwaambia watu "ombeni muuone uso wa Mungu" ni kwa sababu anataka kila mmoja wao – wenye dhambi – apatanishwe na Mungu na ampokee Roho Mtakatifu kwa kuomba auone uso wa Mungu, na awe mtoto wake anayeweza kukutana naye uso kwa uso. Mtu anapokuwa mtoto wa Mungu Muumba, atapokea mbingu na uzima wa milele na furaha, na hakuna baraka kuu zaidi kuliko hiyo.

2) Ombeni Mtimize ufalme wa Mungu na haki yake.

Mtu aliyempokea Roho Mtakatifu na kuwa mtoto wa Mungu anaweza kuishi maisha mapya, kwa kuwa amezaliwa tena na Roho. Mungu ambaye anachukulia roho moja kuwa ya thamani sana huko mbinguni na duniani anatwambia sisi watoto wake tuombe tutimize ufalme wake na haki yake zaidi ya kila kitu kingine (Mathayo 6:33).

Yesu anatwambia maneno yafuatayo katika Mathayo 6:25-33:

> *Kwa sababu hiyo nawaambieni, Msisumbukie maisha yenu, mle nini au mnywe nini; wala miili yenu, mvae nini. Maisha je! Si zaidi ya chakula, na mwili zaidi ya mavazi? Waangalieni ndege wa angani, ya kwamba hawapandi, wala hawavuni, wala hawakusanyi ghalani; na Baba yenu wa mbinguni huwalisha hao. Ninyi je! Si bora kupita hao? Ni yupi kwenu ambaye akijisumbua aweza kujiongeza kimo chake hata mkono mmoja? Na mavazi, ya nini kuyasumbukia? Fikirini maua ya mashamba, jinsi yameavyo; hayafanyi kazi, wala hayasokoti, nami nawaambia, ya kwamba hata Sulemani katika fahari yake yote hakuvikwa vizuri kama mojawapo la hayo. Basi, ikiwa Mungu huyavika hivi majani ya kondeni,*

yaliyopo leo, na kesho hutupwa kalibuni, je! Hatazidi sana kuwavika ninyi, enyi wa imani haba? Msisumbuke, basi, mkisema, Tule nini? Au Tunywe nini? Au Tuvae nini? Kwa maana hayo yote Mataifa huyatafuta; kwa sababu Baba yenu wa mbinguni anajua ya kuwa mnahitaji hayo yote. Bali utafuteni kwanza ufalme wake, na haki yake; na hayo yote mtazidishiwa.

Basi "kutafuta ufalme wa Mungu" ni nini, na "kutafuta haki yake" ni nini? Kwa maneno mengine, tutaomba nini ili tuweze kutimiza ufalme wa Mungu na haki yake?

Kwa ajili ya wanadamu ambao walikuwa watumwa wa adui ibilisi na kuwekewa maangamizi, Mungu alimtuma Mwanawe mmoja wa pekee duniani na akamruhusu Yesu afe msalabani. Kupitia kwa Yesu Kristo, Mungu pia ameturejeshea mamlaka tuliyopoteza na akaturuhusu tutembee katika njia ya kwenda wokovuni. Jinsi tunavyozidi kueneza habari za Yesu Kristo aliyekufa kwa ajili yetu na kufufuka, ndivyo jeshi la Shetani linavyozidi kuangamizwa. Jinsi jeshi la Shetani linavyozidi kuangamizwa, ndivyo roho zilizopotea zitakavyozidi kuufikia wokovu. Jinsi roho zilizopotea zinavyozidi kuufikia wokovu, ndivyo ufalme wa Mungu utakavyozidi kupanuka. Kwa hivyo, "Kutafuta ufalme wa Mungu" ni kuombea kazi ya kuokoa roho au misheni ya ulimwengu, ili watu wote wawe watoto wa

Mungu. Tulikuwa tunaishi katika giza na katikati ya dhambi na uovu, lakini kupitia kwa Yesu Kristo tumepewa uwezo wa kumwendea Mungu ambaye yeye mwenyewe ndiye nuru. Kwa maana Mungu hukaa katika wema, katika haki, na katika nuru. Tulipokuwa na dhambi na uovu hatukuweza kumwendea au kuwa watoto wa Mungu.

Kwa hivyo, "kutafuta haki ya Mungu" ni kuomba kwamba roho ya mtu iliyokufa inaweza kufufuliwa, nafsi yake ifanikiwe na awe mwenye haki kwa kuishi kulingana na Neno la Mungu. Ni lazima tumwombe Mungu aturuhusu kusikia na kuelimishwa na Neno la Mungu, tutoke dhambini na gizani na tuishi katika nuru, na tutakaswe kwa kufanana na utakatifu wa Mungu.

Kuacha kazi za mwili kulingana na matakwa ya Roho Mtakatifu na kutakaswa kwa kuishi kwa kufuata kweli na kukamilisha haki ya Mungu. Licha ya hayo, tunapokuwa tukiomba kwa ajili ya kutimiza haki ya Mungu tutafurahia afya njema na kila kitu kitatuendea vizuri nafsi zetu zinapoendelea kufanikiawa (3 Yohana 1:2). Hiyo ndiyo sababu Mungu anatuamuru tuombe kwanza kwa ajili ya kutimiza ufalme wa Mungu na haki yake. Na anatuaahidi kwamba kila kitu kingine tutakachoomba pia tutapewa.

3) Ombeni mwe wafanyakazi wake na tufanye kazi za zilizotolewa na Mungu

Ukiomba utimize ufalme wa Mungu na haki yake, basi ni lazima uombe uwe mfanyakazi wake. Kama wewe ni mfanyakazi wake tayari, ni lazima uombe kwa bidii ili utekeleze kazi ulizopewa na Mungu. Mungu huwapa zawadi wale wanaomtafuta kwa bidii (Waebrania 11:6) na kila mtu atampatia zawadi kulingana na yale aliyofanya (Ufunuo 22:12).

Katika Ufunuo 2:10, Yesu anatwambia, "Uwe mwaminifu hata kufa, nami nitakupa taji ya uzima." Hata katika haya maisha, mtu anaposoma kwa bidii anaweza kupokea msaada wa masomo na kuingia katika chuo kizuri. Mtu anapofanya bidii kazini mwake, anaweza kupandishwa cheo na kuchukuliwa vizuri zaidi na kupokea mshahara mzuri zaidi.

Vivyo hivyo, watoto wa Mungu wanapokuwa waaminifu kwa kazi walizopewa na Mungu, watapewa kazi kubwa zaidi na zawadi kubwa zaidi. Zawadi za ulimwengu huu si chochote mbele ya zawadi za ufalme wa mbinguni katika ukubwa na uzuri. Kwa hivyo, katika nafasi yake mwenyewe kila mmoja wetu ni lazima awe na ari katika imani na aombe awe mfanyakazi wa Mungu wa thamani.

Kama mtu hajapewa kazi na Mungu bado, ni lazima aombe ili awe mfanyakazi wa ufalme wa Mungu. Kama mtu amepewa kazi tayari, ni lazima aombe ili aitekeleze vizuri na atarajie kazi kubwa zaidi. Mshirika wa kawaida lazima aombe ili awe shemasi, huku shemasi lazima aombe ili awe mzee. Kiongozi wa kikundi anapaswa aombe awe kiongozi wa wilaya ndogo, na kiongozi wa wilaya ndogo aombe awe kiongozi wa wilaya, na kiongozi wa wilaya apande juu ya hapo.

Hili sikusema kwamba mtu aombee hicho cheo cha mzee au shemasi. Inamaanisha kutamani kuwa mwaminifu kwa kazi zake, akifanya jitihada zote ili afanye hivyo, na kutumikia na kutumiwa na Mungu katika wadhifa mkubwa zaidi.

Jambo la muhimu zaidi kwa mtu aliyepewa kazi na Mungu ni aina ya uaminifu ambao kwa huo anakuwa na uwezo wa kupita kiasi wa kutekeleza kazi kubwa zaidi kuliko zile anazofanya wakati huu. Kwa ajili ya hizi, anapaswa kuomba ili Mungu aweze kumpongeza, "Vizuri, mtumishi mzuri na mwaminifu!"

1 Wakorintho 4:2 inasema, "Hapo tena inayohitajiwa katika mawakili, ndiyo mtu aonekane kuwa mwaminifu." Kwa hivyo, kila mmoja wetu lazima aombe ili awe mfanyakazi wa Mungu mwaminifu makanisani mwetu, mwili wa Kristo, na katika vyeo vyetu tofautii tofauti.

4) Ombeni kwa ajili ya riziki ya kila siku

Yesu alizaliwa maskini ili aweze kumkomboa mwanadamu

kutoka katika umaskini. Ili aweze kuponya kila ugonjwa na kila udhaifu, Yesu alipigwa mijeledi na kumwaga damu yake. Kwa hivyo, ni asilia tu kwa watoto wa Mungu kufurahia maisha ya teletele na yenye afya, na kila jambo katika maisha yao liende vizuri.

Tunapoomba kwa ajili ya kutimiza ufalme wa Mungu na haki yake mara ya kwanza, anatuambia kwamba mambo haya yote tutapewa pia (Mathayo 6:33). Kwa maneno mengine, baada ya kuomba kwa ajili ya kutimizwa kwa ufalme wa Mungu na haki yake, tunapaswa kuomba kwa ajili ya mambo ya lazima ya kuishi katika ulimwengu huu, kama vile chakula, nguo, nyumba, kazi, baraka katika kazi zetu, kuwa vizuri kwa jamaa zetu, na mambo kama hayo. Kisha Mungu atatujaza kama tu alivyoahidi. Kumbuka kwamba tunapoombea mambo kama hayo kwa ajili ya tamaa zetu na sio kwa utukufu wake, Mungu hatajibu maombi yetu. Maombi ya tamaa za dhambi hayana uhusiano wowote na Mungu.

3. Tafuteni, Nanyi Mtaona

Ukiwa "unatafuta," maana yake ni kwamba umepoteza kitu. Mungu anataka watu wapate kile "kitu" walichokipoteza. Kwa kuwa anatuamuru tutafute, kwanza ni lazima tuamue ni kitu gani tulichopoteza ili tuweze kutafuta hicho "kitu" tulichopoteza. Ni lazima pia tufikiri jinsi tutakavyokiona.

Basi, tumepoteza nini na tunawezaje "kukitafuta?"
Mtu wa kwanza aliyeumbwa na Mungu alikuwa kiumbe hai mwenye roho, nafsi na mwili. Kama kiumbe kilicho hai kilichoweza kuwasiliana na Mungu ambaye ni Roho, mtu wa kwanza alifurahia baraka zote ambazo Mungu alikuwa amempa na aliishi kwa kufuata Neno lake.

Lakini, baada ya kujaribiwa na Shetani, mwanadamu wa kwanza alikosa kutii amri ya Mungu. Katika Mwanzo 2:16-17 tunapata, "BWANA Mungu alimwamuru mwanadamu akisema, "Matunda ya kila mti wa bustani waweza kula, walakini matunda ya mti wa ujuzi wa mema na mabaya usile, kwa maana siku utakapokula matunda ya mti huo utakufa hakika."

Hata ingawa kazi yote ya mwanadamu ni kumwogopa Mungu na kushika amri zake (Mhubiri 12:13), mwanadamu wa kwanza aliyeumbwa hakushika amri ya Mungu. Mwisho wake, kama Mungu alivyokuwa amemwonya, baada ya kula kutoka katika mti wa ujuzi wa mema na mabaya, roho yake ndani yake ilikufa na akawa mtu wa nafsi, asiyeweza tena kuwasiliana na Mungu. Zaidi ya hayo, roho za wazao wake wote zilikufa na wakawa watu wa mwili, wasioweza tena kufanya kazi yao yote. Adamu alifukuzwa kutoka Bustani ya Edeni na kupelekwa katika ardhi iliyolaaniwa. Yeye na wote waliomfuata iliwabidi sasa kuishi katika huzuni, mateso, na ugonjwa, na ni kwa jasho la uso wake peke yake ndipo waliweza kula. Zaidi ya hayo, hawakuweza tena kuishi katika njia inayostahili lengo la uumbaji wa Mungu lakini walipofuata mambo yasiyo na maana kulingana na fikira zao, wakaharibika.

Ili mtu mwenye roho iliyokufa na ambaye ni nafsi yake na mwili peke yake, aweze kuishi tena katika njia inayostahili lengo la uumbaji wa Mungu, anahitaji kurejesha roho yake iliyopotea. Ni wakati peke yake ambapo roho iliyokufa ndani ya mwanadamu inapofufuka, ndipo anapokuwa mtu wa roho, na kuwasiliana na Mungu ambaye ni Roho, na ndipo ataweza kuishi kama mwanadamu wa kweli. Hii ndiyo maana Mungu anatuamuru kutafuta roho yetu.

Mungu aliwafunulia watu wote njia ya kufufua roho zao zilizokufa na kwamba njia ni Yesu Kristo. Tunapomwamini Yesu Kristo, kama Mungu alivyotuahidi, tutapokea Roho Mtakatifu na huyo Roho Mtakatifu atakuja na kukaa ndani yetu, na afufue roho zetu zilizokufa. Tunapoutafuta uso wa Mungu na kumpokea Yesu Kristo baada ya kusikia kubisha kwake kwenye mlango wa mioyo yetu, Roho Mtakatifu atakuja na kuzaa roho (Yohana 3:6). Tunapoishi katika kumtii Roho Mtakatifu, kuacha kazi za mwili, tusikilize kwa ari, tuingize, tutengeneze mkate wa Neno la Mungu, na tuombe juu ya Neno la Mungu, kwa msaada wake tutaweza kuishi kwa kufuata Neno lake. Huu ndio utaratibu ambamo roho iliyokufa inafufuliwa na mtu anakuwa mtu wa roho na kurejesha mfano wa Mungu uliopotea.

Tunapotaka kula kiiniyai chenye virutubishi vingi sana, ni lazima kwanza tulivunje ganda la yai na tutoe sehemu nyeupe. Kwa njia hiyo hiyo, ili mtu aweze kuwa mtu wa roho, kazi yake ya mwili lazima iachwe na ni lazima azae roho kwa uweza wa Roho Mtakatifu. Huku ndiko "kutafuta" alikozungumzia Mungu.

Tuseme mifumo yote ya umeme ulimwenguni kote ifungwe. Mtaalamu mmoja hawezi kurejesha mifumo hiyo peke yake. Ingechukua wakati mwingi sana kwa mtaalamu huyo kutuma mafundi wa umeme na kuzalisha sehemu za lazima ili umeme urejeshwe katika sehemu zote za ulimwengu.

Vivyo hivyo, ili uweze kufufua roho iliyopotea na uwe mtu wa roho kamilifu, unahitaji kusikia na kujua Neno la Mungu. Lakini, kujua Neno peke yake hakutoshi katika kumfanya mtu wa roho, ni lazima ale kwa bidii, atengeneze mkate, na aombe juu ya Neno ili aweze kuishi kwa kufuata Neno la Mungu.

4. Bisheni, Nanyi Mtafunguliwa Mlango

"Mlango" aliozungumzia Mungu ni mlango wa ahadi

utakaofunguliwa tunapobisha juu yake. Mungu alitwambia tubishe kwenye mlango wa aina gani? Huu ni mlango wa moyo wa Mungu wetu. Kabla hatujabisha juu ya mlango wa moyo wa Mungu wetu, Yeye alibisha juu ya milango ya mioyo yetu kwanza (Ufunuo 3:20). Hili lilitufanya tufungue milango ya mioyo yetu na tukamkubali Yesu Kristo. Sasa, ni zamu yetu kubisha juu ya mlango wa moyo wake. Kwa kuwa moyo wa Mungu wetu ni mpana kuliko mbingu na una kina kuliko bahari, tunapobisha juu ya mlango wa moyo wake usioweza kupimika, tunaweza kupokea chochote.

Tunapoomba na kubisha juu ya moyo wa Mungu, yeye atatufungulia malango ya mbingu na kutumwagia hazina. Wakati Mungu, anayefungua na hakuna anayeweza kufunga, na anayefunga na hakuna mtu anayeweza kufungua, hufungua malango ya mbinguni na kuapa kutubariki, hakuna awezaye kumzuia na mafuriko ya baraka (Ufunuo 3:7).

Tunaweza kupokea majibu ya Mungu tunapobisha kwenye mlango wa moyo wake. Lakini, kutegemea ni kiasi gani mtu anachobisha kwenye mlango ule, anaweza kupokea baraka kubwa au baraka ndogo. Akitaka kupokea baraka kubwa, malango ya mbinguni lazima ifunguke kabisa. Kwa hivyo, anahitaji kubisha kwenye mlango wa moyo wa Mungu zaidi na zaidi na kwa bidii na ampendeze.

Kwa kuwa Mungu anapendezwa na kufurahishwa

tunapoacha uovu na kuishi kwa kufuata amri zake katika kweli, tukiishi kwa kufuata Neno la Mungu, tunaweza kupokea chochote tunachoomba. Kwa maneno mengine, "kubisha juu ya moyo wa Mungu" ni kuishi kwa kufuata amri za Mungu.

Tunapobisha kwa ari kwenye mlango wa moyo wake, Mungu hatatukemea kamwe na kusema, "Kwa nini unabisha kwa sauti kubwa namna hiyo?" Ni wazi kwamba iko kinyume. Mungu atafurahishwa zaidi na atamani kutupatia kile tunachoomba. Kwa hivyo, ninatumaini kwamba utabisha juu ya moyo wa Mungu kwa matendo yako, upokee kila kitu unachoomba, na hivyo basi umtukuze Mungu kwa kiasi kikubwa.

Je, umewahi kushika ndege kwa kumpiga na kombeo? Ninakumbuka wakati mmoja niliposikia kutoka kwa mmoja wa marafiki wa babangu aliyenisifu kwa ufundi wangu wa kufunga manati. Manati ni kifaa kinachoundwa kwa uangalifu kwa kuchonga kipande cha mbao na kufyata jiwe kutoka kwenye mpira uliofungwa juu ya kijiti hicho chenye manati.

Kama nikifananisha Mathayo 7:7-11 na manati, "kuomba" ni kupata manati na jiwe la kupigia ndege. Basi unahitaji kujitayarisha na uwezo wa kumlenga ndege vizuri. Manati na jiwe vitakusaidia nini kama wewe hujui kupiga kwa manati? Unaweza kutaka kuunda shabaha, ujizoeze kutumia manati, ujizoeze juu ya shabaha, na uamue na kufahamu njia nzuri zaidi za kumpiga ndege. Utaratibu huu ni sawasawa na "kutafuta."

Kwa kusoma, kuliingiza ndani, na kutengeneza mkate wa Neno la Mungu, kama mtoto wa Mungu sasa unajitayarisha na sifa za kupokea majibu yake.

Ukiwa umejitayarisha na uwezo wa kutumia manati na kulenga vizuri, sasa ni lazima upige na huku kunaweza kulinganishwa na "kubisha." Hata kama manati na jiwe vitatayarishwa, na hata kama unajitayarisha na ufundi wa kulenga na kupiga kwa kuvitumia, kama hutapiga hutaweza kumshika yule ndege. Kwa maneno mengine, ni wakati tu tunapoishi kwa kufuata Neno la Mungu ambalo tumelifanya mkate ndani ya mioyo yetu, ndipo tutakapopokea kile tunachoomba kutoka kwake.

Kuomba, kutafuta, na kubisha si taratibu tofauti bali ni taratibu zinazoingiliana. Sasa unajua utaombea nini, utatafuta nini, na utabisha juu ya nini. Umtukuze Mungu kwa kiasi kikubwa kama mtoto wake aliyebarikiwa unapopokea majibu ya matamanio ya moyo wako kwa kuomba, kutafuta na kubisha kwa bidii na ari, katika jina la Bwana wetu ninaomba!

Sura ya 2

Amini kwamba Umevipokea

Amin, nawaambia, Ye yote atakayeuambia mlima huu,
'Ng'oka ukatupwe baharini,"
wala asione shaka moyoni mwake,
ila aamini kwamba hayo asemayo yametukia,
yatakuwa yake.
Kwa sababu hiyo nawaambia,
Yo yote myaombayo mkisali,
aminini ya kwamba mnayapokea,
nayo yatakuwa yenu.

(Marko 11:23-24)

1. Uwezo Mkuu wa Imani

Siku moja, wanafunzi wa Yesu wakiandamana naye walimsikia Mwalimu wao akiambia mtini uliokuwa hauna matunda, "Yasipatikane matunda kwako tangu leo hata milele!" (Mathayo 21:19). Walipoona kuwa huo mti ulikuwa umenyauka hadi mizizi yake, wanafunzi walishangaa wakamwuliza Yesu. Kwa kuwajibu akawaambia, "Amin, nawaambia Mkiwa na imani, msipokuwa na shaka, mtafanya si hilo la mtini tu, lakini hata mkiuambia mlima huu, 'Ng'oka, ukatupwe baharini,' litatendeka. ." (Mathayo 21:21).

Pia Yesu alituahidi, "Amin, amin, nawaambieni, yeye aniaminiye mimi, kazi nizifanyazo mimi, yeye naye atazifanya; naam, na kubwa kuliko hizo atafanya, kwa kuwa mimi naenda kwa Baba. Nanyi mkiomba lo lote kwa jina langu, hilo nitalifanya, ili Baba atukuzwe ndani ya Mwana. Mkiniomba neno lo lote kwa jina langu, nitalifanya." (Yohana 14:12-14), na "Ninyi mkikaa ndani yangu, na maneno yangu yakikaa ndani yenu, ombeni mtakalo lote nanyi mtatendewa. Hivyo hutukuzwa Baba yangu, kwa vile mzaavyo sana; nanyi mtakuwa wanafunzi wangu"(Yohana 15:7-8).

Kwa kifupi, kwa sababu Mungu Muumba ni Baba wa wale waliomkubali Yesu Kristo, wanaweza kujibiwa matamanio ya mioyo yao wanapomwamini Mungu na kulitii Neno lake. Katika Mathayo 17:20 Yesu anatwambia, "Kwa sababu ya upungufu wa imani yenu. Kwa maana, amin, nawaambia, Mkiwa na imani kiasi cha punje ya haradali mtauambia mlima huu, 'Ondoka hapa uende kule,' nao utaondoka; wala halitakuwako neno lisilowezekana kwenu." Kwa nini basi, watu wengi sana hawapokei majibu ya Mungu na kumtukuza yeye ijapokuwa wameomba kwa saa zisizohesabika? Natuchunguze jinsi tunavyoweza kumtukuza Mungu tunapopokea kila kitu tunachokiombea na kukiulizia.

2. Mwamini Mwenyezi Mungu

Ili mwanadamu aendeleze maisha yake kuanzia wakati wa kuzaliwa kwake, anahitaji vitu vya lazima kama chakula, nguo, nyumba na vitu kama hivyo. Lakini kipengele cha lazima zaidi cha kuendeleza maisha ni kupumua; kunaruhusu uwezekano wa kuwako kwa uhai na kufanya maisha yawe na thamani. Ingawa watoto wa Mungu waliomkubali Yesu Kristo na wamezaliwa tena pia wanahitaji mambo mengi maishani, jambo la muhimu zaidi katika maisha yao ni maombi.

Maombi ni njia ya kuzungumza na Mungu ambaye ni Roho na pia pumzi za roho yetu. Licha ya hayo, maombi pia ni njia ya kumwomba Mungu na kupokea majibu yake, kipengele muhimu zaidi katika maombi ni moyo ambao kwa huo tunamwamini mwenyezi Mungu. Kutegemea kiwango cha imani ya mtu kwa Mungu anapokuwa anaomba, atapokea uhakika wa majibu ya Mungu, na atayapokea hayo majibu kulingana na imani yake.

Sasa, huyu Mungu tunayemwamini ni nani? Katika kujieleza mwenyewe katika Ufunuo 1:8, Mungu anasema "Mimi ni Alfa na Omega, mwanzo na mwisho, asema Bwana Mungu, aliyeko na aliyekuwako na atakayekuja, Mwenyezi." Mungu anayeonyeshwa katika Agano la Kale kuwa ni Muumba wa kila kitu ulimwenguni (Mwanzo 1:1-31) na kugawanya Bahari ya Shamu na kisha akawaruhusu Waisraeli waliokuwa wametoka Misri kuivuka (Kutoka 14:21-29). Waisraeli walipotii amri ya Mungu na kuuzunguka mji wa Yeriko kwa siku saba na kupiga kelele, kuta za Yeriko zilizoonekana kana kwamba haziwezi kubomoka zilianguka (Yoshua 6:1-21). Yoshua alipomwomba Mungu katikati ya vita dhidi ya Waamori, Mungu alilifanya jua likasimama, na mwezi ukasimama (Yoshua 10:12-14).

Katika Agano Jipya, Yesu, Mwana wa mwenyezi Mungu, alifufua mfu kutoka kaburini (Yohana 11:17-44), akaponya kila ugonjwa na maradhi (Mathayo 4:23-24), akafungua macho ya vipofu (Yohana 9:6-11), na akafanya viwete wasimame na watembee tena (Matendo 3:1-10). Pia alifukuza mara moja nguvu ya adui ibilisi na pepo wachafu kwa Neno lake (Marko 5:1-20), na kwa mikate mitano na samaki wawili, alitoa chakula cha kutosha wanaume 5,000 kula na kushiba (Marko 6:34-44). Licha ya hayo, kwa kutuliza dhoruba na mawimbi, alituonyesha moja kwa moja kwamba yeye ndiye Msimamizi wa vitu vyote katika ulimwengu (Marko 4:35-39).

Kwa hivyo, ni lazima tumwamini mwenyezi Mungu anayetupatia vipawa vizuri katika upendo wake mwingi. Yesu alitwambia katika Mathayo 7:9-11, "Au kuna mtu yupi kwenu, ambaye, mwanawe akimwomba mkate, atampa jiwe? Au akiomba samaki, atampa nyoka? Basi ikiwa ninyi, mlio waovu, mnajua kuwapa watoto wenu vipawa vyema, je! Si zaidi sana Baba yenu aliye mbinguni atawapa mema wao wamwombao!" Mungu wa upendo anataka kutupa sisi wanawe vipawa bora zaidi.

Katika upendo wake mwingi Mungu alitupatia Mwanawe mmoja na wa pekee. Basi ni kipi kingine ambacho hawezi kutupatia? Isaya 53:5-6 inatwambia,"Bali alijeruhiwa kwa makosa yetu, Alichubuliwa kwa maovu yetu; adhabu ya amani yetu ilikuwa juu yake, na kwa kupigwa kwake sisi tumepona. Sisi sote kama kondoo tumepotea; kila mmoja wetu amegeukia njia yake mwenyewe; na BWANA ameweka juu yake maovu yetu sisi sote." Kupitia kwa Yesu Kristo ambaye Mungu alitutayarishia, tumepokea uzima kutoka kwa kifo, na tunaweza kufurahia amani na kuponywa.

Watoto wa Mungu wakimtumikia mwenyezi Mungu aliye hai kama Baba yao na waamini kwamba Mungu hufanya vitu vyote vifanye kazi pamoja kwa wema wa wale wampendao na anawajibu wale wanaomlilia, ni lazima wawe bila hofu au kuwa na wasiwasi katika nyakati za majaribu na mateso, lakini badala yake washukuru, wafurahi, na kuomba.

Huku ni "kumwamini Mungu" na anapendezwa kuona dhihirisho kama hilo la imani. Mungu pia hutujibu kulingana na imani yetu na kwa kutuonyesha ushahidi wa kuwako kwake, Mungu huturuhusu kumtukuza.

3. Ombeni kwa Imani na Msiwe na Tashwishwi

Mungu Muumba wa mbingu, nchi, na wanadamu alimruhusu mwanadamu anakili Biblia ili mapenzi yake na upaji wake uweze kujulishwa kwa wote. Nyakati zote, Mungu pia hujionyesha kwa wale wamwaminio na kulitii Neno lake, na kututhibitishia kwamba yeye yu hai na ni mwenyezi kupitia kwa udhihirisho wa ishara za miujiza na maajabu.

Tunaweza kumwamini Mungu aliye hai kwa kutazama tu uumbaji (Warumi 1:20) na kumtukuza Mungu kwa kupokea majibu yake, na maombi yetu yakiambatana na imani yetu kwake.

Kuna "imani ya kimwili" ambayo kwa hiyo tunaweza kuamini kwa sababu ujuzi wetu au fikira inalingana na Neno la Mungu na "imani ya kiroho," aina ya imani ambayo kwa hiyo tunaweza kupokea majibu yake. Ingawa kile ambacho Neno la Mungu inatwambia hakiwezekani kinapopimwa dhidi ya ujuzi na fikira za mwanadamu, tunapomwomba kwa kumwamini yeye, Mungu hutupatia imani na hisia ya uhakika. Hivi vipengele hushikana na kuwa jibu na hii ni imani ya kiroho.

Kwa hivyo, Yakobo 1:6-8 inatwambia, "Ila na aombe kwa imani, pasipo shaka yo yote; maana mwenye shaka ni kama wimbi la bahari lililochukuliwa na upepo, na kupeperushwa huku na huku. Maana mtu kama yule asidhani ya kuwa atapokea kitu kwa Bwana, mtu wa nia mbili husita-sita katika njia zake zote."

Tashwishwi huanza kutoka kwenye ujuzi, fikira, ubishi, na kujifanya kwa mwanadamu, na huletwa kwetu na adui ibilisi.

Moyo wenye Tashwishwi una nia mbili na wenye ujanja, na Mungu anauchukia sana. Itakuwa huzuni iliyoje kama watoto wako hawataamini lakini badala yake wawe na tashwishwi kama wewe ndiwe baba au mama yao mzazi? Vivyo hivyo, Mungu atawezaje kujibu maombi ya watoto wake kama wao hawawezi kumwamini kwamba yeye ni Baba yao, ingawa aliwazaa na kuwalea?

Kwa hivyo tunakumbushwa kwamba "Kwa kuwa ile nia ya mwili ni uadui juu ya Mungu, kwa maana haitii sheria ya Mungu, wala haiwezi kuitii. Wale waufuatao mwili hawawezi kumpendeza Mungu" (Warumi 8:7-8), na wanahimizwa "kuangusha mawazo na kila kitu kilichoinuka, kijiinuacho juu ya elimu ya Mungu; na tukiteka nyara kila fikira ipate kumtii Kristo" (2 Wakorintho 10:5).

Imani yetu inapobadilika na kuwa imani ya kiroho na hatuna tashwishwi hata kidogo, Mungu hupendezwa sana na atatupa chochote tunachoomba. Wakati Musa na Yoshua walipotenda kwa imani bila kuwa na tashwishwi, waliweza kugawanya Bahari ya Shamu, kuvuka Mto Yordani, na kuharibu kuta za Yeriko. Kwa njia iyo hiyo, unapouambia mlima, "Ng'oka ukatupwe baharini" na moyoni mwako usiwe na tashwishwi lakini uamini kwamba yale uliyosema yatatendeka, utafanyiwa.

Tuseme uuambie Mlima Everest, "Nenda ukajitupe katika

Bahari Hindi." Je, ungepokea jibu la maombi yako? Ni wazi kwamba ghasia za ulimwengu mzima zingefuata kama Mlima Everest kwa kweli ungetupwa katika Bahari Hindi. Kwani hili halingeweza kufanyika na si mapenzi ya Mungu, maombi kama hayo hayatajibiwa hata uombe mara ngapi kwa sababu hatakupatia imani ya kiroho ambayo kwa hiyo utamwamini.

Ukiwa unaomba ili ukamilishe jambo ambalo liko kinyume na mapenzi ya Mungu, aina ya imani ambayo kwa hiyo unaweza kuamini moyoni mwako haitakujia. Mara ya kwanza unaweza kuamini kwamba ombi lako linaweza kujibiwa lakini muda unapoenda, tashwishwi zitaanza kukua. Ni wakati peke yake tunapoomba kulingana na mapenzi ya Mungu bila kuwa na tashwishwi hata kidogo ndipo tunapopokea majibu yake. Kwa hivyo, kama maombi yako hayajajibiwa, ni lazima utambue kwamba ni kwa sababu umeombea jambo linalosimama kinyume na mapenzi ya Mungu au kwamba una makosa kwa kuwa na tashwishwi au kuwa na tashwishwi na Neno lake.

1 Yohana 3:21-22 inatukumbusha, "Wapenzi, mioyo yetu isipotuhukumu, tuna ujasiri kwa Mungu; na lo lote tuombalo, twalipokea kwake, kwa kuwa twazishika amri zake, na kuyatenda yapendezayo machoni pake."

Watu wanaotii amri za Mungu na kufanya yale yanayompendeza hawaombi vitu vinavyopinga mapenzi ya

Mungu. Tunaweza kupokea chochote tunachoomba bora tu maombi yetu yanalingana na mapenzi yake. Mungu anatwambia, Yesu anatwambia, "Yo yote myaombayo mkisali, aminini ya kwamba mnayapokea, nayo yatakuwa yenu" (Marko 11:24).

Kwa hivyo ili uweze kupokea majibu ya Mungu, ni lazima kwanza upokee imani ya kiroho kutoka kwake ambayo yeye hukupatia unapotenda na kuishi kwa kufuata Neno lake. Unapoharibu ubishi wote na dhana zote zinazoinuliwa kinyume na ujuzi wa Mungu, tashwishwi zitapotea na utakuwa na imani ya kiroho, hivyo basi utapokea chochote uombacho.

4. Yo yote myaombayo mkisali Amini kwamba Umevipokea

Hesabu 23:19 inatukumbusha, "Mungu si mtu, aseme uongo; wala si mwanadamu, ajute; iwapo amesema, hatalitenda? Iwapo amenena, hatalifikiliza?"

Ukiwa unamwamini Mungu kweli, omba kwa imani, na usiwe na tashwishwi hata kidogo, ni lazima uamini kwamba umepokea kila kitu ulichokiuliza na kukiombea. Mungu ni mwenyezi na mwaminifu, na anaahidi kutujibu.

Basi ni kwa nini, watu wengi sana wanasema hawakupokea majibu yake ijapokuwa waliomba kwa imani? Je, hili ni kwa sababu Mungu hakuwajibu? La. Kwa hakika Mungu amewajibu maombi yao lakini inachukua muda kwa sababu hawajajitayarisha kama vyombo vinavyostahili kubeba majibu yake.

Mkulima anapopanda mbegu, huwa anaamini atavuna matunda lakini hawezi kuvuna hayo matunda mara moja. Baada ya mbegu kupandwa, huchipuka, hutoa maua, na kuzaa matunda. Mbegu nyingine huchukua muda mrefu zaidi kuzaa kuliko nyingine. Vivyo hivyo, utaratibu wa kupokea majibu ya Mungu unahitaji taratibu za kupanda na kukuza kama hizo.

Tuseme mwanafunzi mmoja aliomba, "Niruhusu niingie na nisome katika Chuo Kikuu cha Harvard." Akiwa ataomba kwa imani ya uwezo Wake, hakika Mungu atajibu ombi la huyo mwanafunzi. Hata hivyo, jibu la ombi lake linaweza kuwa halitakuja kwake mara moja. Mungu humtayarisha huyo mwanafunzi kuwa chombo cha majibu yake na wakati wa baadaye atajibu hilo ombi. Mungu atampatia moyo wa kusoma sana kwa bidii ili aweze kufaulu shuleni. Huyo mwanafunzi anapoendelea kuomba, Mungu ataondoa mawazo yoyote ya kilimwengu kutoka akilini mwake na kumpatia hekima na kumwelimisha asome na kupata matokeo tarajiwa zaidi. Kulingana na matendo ya huyo mwanafunzi, Mungu atasimamia kila jambo maishani mwake liende vizuri na kumtayarisha huyo mwanafunzi na sifa za kuingia Harvard. Na wakati unapowadia, Mungu atamruhusu kuingia Harvard.

Sheria hiyo hiyo inafanya kazi kwa watu walioshikwa na magonjwa. Wanapojifunza kupitia kwa Neno la Mungu kwa nini magonjwa huja na jinsi yanavyoweza kuponywa, wanapoomba kwa imani wanaweza kupokea uponyaji. Ni lazima wavumbue ukuta wa dhambi unaosimama kati yao na Mungu na waingie ndani ya chanzo cha huo ugonjwa. Kama ugonjwa ulikuja kwa sababu ya chuki, ni lazima waache chuki na kuubadilisha moyo wake uwe moyo wa upendo. Kama ugonjwa uliletwa na ulafi, ni lazima wapokee uwezo wa kiasi kutoka kwa Mungu na warekebishe tabia yao yenye madhara. Ni kwa kupitia taratibu kama hizo ndipo Mungu anapowapa watu imani ambayo kwa hiyo wanaweza kuamini na kuwatayarisha ili wawe vyombo halisi vya kupokea majibu yake.

Kuombea ufanisi katika biashara ya mtu hakuna tofauti na visa vingine vya hapo awali. Unapoomba ili upokee baraka kupitia kwa biashara yako, Mungu atakujaribu kwanza ili uwe chombo kinachostahili baraka zake. Atakupa hekima na uwezo ili uwezo wako wa kuendesha hiyo biashara uwe tofauti, ili biashara yako iwe kubwa, na ili upate kuongozwa katika hali bora zaidi ambamo utaendesha hiyo biashara. Atakuongoza kwa watu wanaoaminika, na polepole utaongeza mapato na kuikuza biashara yako. Wakati wa kuchagua kwake unapofika, atajibu tu kama ulivyoomba.

Kupitia kwa taratibu hizi za kupanda na kukuza, Mungu ataongoza nafsi yako ifanikiwe na akujaribu ili akufanye uwe chombo kinachostahili kupokea kila unachomwomba. Kwa hivyo, ni lazima usikuze kutovumilia kwenye misingi ya fikira zako mwenyewe. Badala yake, unapaswa kujiingiza katika ratiba ya Mungu ungojee wakati wake, ukiamini kwamba umepokea majibu yake tayari.

Mwenyezi Mungu, kulingana na sheria za ulimwengu wa kiroho, huwajibu watoto wake katika hukumu yake ya haki na hupendezwa wanapomwomba kwa imani. Waebrania 11:6 inatukumbusha, "Lakini pasipo imani haiwezekani kumpendeza; kwa maana mtu amwendeaye Mungu lazima aamini kwamba yeye yuko, na kwamba huwapa thawabu wale wamtafutao."

Umpendeze Mungu kwa kuwa na aina ya imani ambayo kwa hiyo utaamini umepokea kila ulichoomba tayari na umpe Mungu utukufu mkuu kwa kupokea kila kitu uombacho, katika jina la Bwana wetu ninaomba!

Sura ya 3

Aina ya Maombi ambayo Mungu Anapendezwa Nayo

[Yesu] Akatoka akaenda
mpaka mlima wa Mizeituni kama ilivyokuwa desturi yake;
wanafunzi wake nao wakafuatana naye.
Alipofika mahali pale,
Aliwaambia,
"Ombeni kwamba msiingie majaribuni."

Mwenyewe akajitenga nao kama kiasi cha kutupa jiwe,
akapiga magoti akaomba,
"Ee Baba, ikiwa ni mapenzi yako, uniondolee kikombe hiki;
walakini si mapenzi yangu, bali yako yatendeke."
Malaika kutoka mbinguni akamtokea,
akamtia nguvu.
Naye kwa vile alivyokuwa katika dhiki, akazidi sana kuomba;
hari yake ikawa kama matone ya damu,
yakidondoka nchini.

(Luka 22:39-44)

1. Yesu Aliweka Mfano wa Maombi Halisi

Luka 22:39-44 inaonyesha mandhari ambamo Yesu aliomba kule Gethsemane usiku mmoja kabla kuubeba msalaba ili afungue njia ya wokovu kwa wanadamu. Vifungu hivi vinatwambia vipengele vingi kuhusu aina ya mtazamo na moyo tunaopaswa kuwa nao wakati wa kuomba.

Yesu aliombaje hivyo kwamba hakuubeba msalaba mzito peke yake bali pia alimshinda adui ibilisi? Ni moyo wa aina gani aliochukua Yesu wakati alipoomba hivyo basi Mungu akapendezwa na maombi yake na akamtuma malaika kutoka mbinguni amtie nguvu.

Kwa kutegemea vifungu hivi, natuchimbe katika mtazamo halisi katika kuomba na aina ya maombi ambayo Mungu anapendezwa nayo, na ninamhimiza kila mmoja wenu achunguze maisha yake ya maombi yeye mwenyewe.

1) Yesu alikuwa na desturi ya kuomba

Mungu alitwambia tuombe bila kukoma (1 Wathesalonike 5:17) na akatuahidi kutupa tunapomwomba (Mathayo 7:7). Ingawa ni haki kuomba bila kukoma na kuomba kila wakati, watu wengi huomba wakati tu peke yake wanapohitaji kitu au wanapopatwa na matatizo.

Lakini Yesu alitoka akaenda mpaka mlima wa Mizeituni kama ilivyokuwa desturi yake (Luka 22:39). Nabii Danieli aliendelea kupiga magoti mara tatu kwa siku, akiomba na kutoa shukrani mbele za Mungu, kama alivyokuwa akifanya awali (Danieli 6:10), na wanafunzi wawili wa Yesu, Petro na Yohana walitenga wakati fulani wa siku ili waombe (Matendo 3:1).

Ni lazima tufuate mfano wa Yesu na tukuze tabia ya kutenga wakati maalum na kuomba bila kukoma kila siku. Hasa Mungu anapendezwa na maombi ya watu ya mapambazuko ambayo kwa hayo wanaweka kila kitu kwa Mungu mwanzo wa kila siku na maombi ya usiku ambayo kwa hayo wanashukuru ulinzi wa Mungu wakati wa mchana mwisho wa kila siku. Kupitia kwa haya maombi unaweza kupokea uwezo wake mkuu.

2) Yesu alipiga magoti akaomba

Unapopiga magoti, moyo unaotumia kuomba unasimama wima na unaonyesha heshima kwa watu unaozungumza nao. Ni kawaida kabisa kwa mtu yeyote anayemwomba Mungu apige magoti anapoomba.

Yesu Mwana wa Mungu aliomba kwa mtazamo wa unyenyekevu alipopiga magoti kumwomba mwenyezi Mungu. Mfalme Sulemani (1 Wafalme 8:54), mtume Paulo (Matendo 20:36), na Shemasi Stefano aliyekufa kama mfiadini (Matendo 7:60) wote walipiga magoti walipokuwa wanaomba.

Tunapowaomba wazazi wetu au mtu mwingine mwenye mamlaka atufanyie wema au atupe vitu tunavyotaka, tunakuwa na wasiwasi na kuwa waangalifu tuwezavyo kujiepusha na kufanya makosa. Basi tunapaswa kuonekana wachafu katika akili na katika mwili kama tunajua kwamba tunazungumza na Mungu Muumba? Kupiga magoti ni onyesho la moyo wako linalomheshimu Mungu na kuamini uwezo wake. Ni lazima tuwe nadhifu na tupige magoti kwa unyenyekevu tunapoomba.

3) Ombi la Yesu lilikuwa linalingana na mapenzi ya Mungu

Yesu alimwomba Mungu, "Walakini si mapenzi yangu, bali yako yatendeke." Yesu Mwana wa Mungu alikuja duniani ili afe juu ya msalaba wa mbao hata ingawa hakuwa na kosa au lawama yoyote. Hiyo ndiyo sababu aliomba, "Ee Baba, ikiwa ni mapenzi yako, uniondolee kikombe hiki" (Luka 22:42). Lakini alijua mapenzi ya Mungu ambayo yalikuwa kuwaokoa wanadamu wote kupitia kwa mtu mmoja, na hakuomba kwa ajili ya uzuri wake mwenyewe lakini kulingana na mapenzi ya Mungu pekee.

1 Wakorintho 10:31 inatwambia, "Basi, mlapo, au mnywapo, au mtendapo neno lo lote, fanyeni yote kwa utukufu wa Mungu." Tunapoomba jambo ambalo si kwa ajili ya utukufu wa Mungu bali badala yake matakwa ya tamaa, hatufanyi maombi halisi; ni lazima tuombe kulingana na mapenzi ya Mungu peke yake. Licha ya hayo, Mungu anatwambia tukumbuke yale tunayoyaona katika Yakobo 4:2-3, "Mwatamani, wala hamna kitu, mwaua. Mnaona wivu, wala hamwezi kupata. Mwafanya vita na kupigana. Wala hamna kitu kwa kuwa hamwombi. Hata mwaomba, wala hampati

kwa sababu mwaomba vibaya, ili mvitumie kwa tamaa zenu." Kwa hivyo, tunahitaji kujiangalia na tuone kama tunaomba kwa faida yetu wenyewe peke yake.

4) Yesu aling'ang'ana katika maombi

Katika Luka 22:44, tunaweza kuona jinsi Yesu alivyoomba kwa ukweli. "Naye kwa vile alivyokuwa katika dhiki, akazidi sana kuomba; hari yake ikawa kama matone ya damu yakidondoka nchini."

Hali ya anga ya Gethsemane mahali alipoomba Yesu palikuwa na baridi wakati wa usiku ambapo ingekuwa vigumu mtu kutoa jasho. Sasa, unaweza kufikiria ni kwa kiasi gani Yesu alijikaza katika maombi ya kweli na ya ari hata jasho lake likawa matone ya damu yakianguka nchini? Kama Yesu angekuwa ameomba kimyakimya, angekuwa ameomba kwa ari namna hiyo mpaka akatoa jasho wakati akiomba? Yesu alipokuwa anamlilia Mungu kwa ari na bidii, jasho lake likawa "kama matone ya damu, yakianguka nchini."

Katika Mwanzo 3:17 Mungu anamwambia Adamu, "Kwa kuwa umeisikiliza sauti ya mke wako, ukala matunda ya mti ambao nalikuagiza, nikisema, Usiyale; ardhi imelaaniwa kwa ajili yako; kwa uchungu utakula mazao yake siku zote za maisha yako." Kabla mwanadamu kulaaniwa, aliishi maisha ya utele akiwa na kila kitu ambacho Mungu alimpa. Dhambi ilipomwingia kupitia kwa kutomtii Mungu kwake, mawasiliano yake na muumba wake yalikoma, na sasa aliweza kula kwa kupitia kufanya kazi kwa uchungu peke yake.

Kama kile kinachowezekana kwetu kinaweza kupatikana kwa kupitia kufanya kazi kwa uchungu peke yake, tunapaswa kufanya nini tunapomwomba Mungu kwa ajili ya jambo ambalo hatuwezi kulifanya? Tafadhali kumbuka kwamba ni kwa kumlilia Mungu katika maombi peke yake, kufanya kazi kwa uchungu, na kutoa jasho ndipo tunaweza kupokea matakwa yetu kutoka kwa Mungu. Zaidi ya hayo, kumbuka jinsi Mungu alivyotwambia kwamba kufanya kazi kwa uchungu na jitihada vilikuwa vya lazima ili kuzaa matunda na jinsi Yesu mwenyewe alivyofanya kazi kwa bidii na kung'ang'ana katika maombi. Kumbuka hili, fanya vilevile alivyofanya Yesu, na uombe kwa njia inayompendeza Mungu.

Kwa hivyo kufikia hapa tumechunguza jinsi Yesu, aliyeweka mfano wa maombi halisi, alivyoomba. Kama Yesu aliyekuwa na mamlaka yote, aliomba hadi kufikia kiwango cha kuweka mfano, basi ni kwa mtazamo wa aina gani tunapaswa kuomba sisi viumbe tu wa Mungu? Jinsi mtu anavyoonekana nje na mtazamo wa maombi ya mtu huonyesha moyo wake. Kwa hivyo, aina ya moyo ambao kwa huo huwa tunaomba pia inaweza kuwa na umuhimu sawa na mtazamo ambao tunaomba kwa huo.

2. Mambo Muhimu kwa Aina ya Maombi ambayo Mungu Anapendezwa Nayo

Tunapaswa kuomba na moyo wa aina gani ili tumpendeze Mungu na ayajibu maombi yetu?

1) Ni lazima uombe kwa moyo wako wote

Tumejifunza kupitia kwa jinsi Yesu alivyoomba lile ombi kutoka moyoni mwake hutoka katika mtazamo ambao humwomba Mungu kwa huo. Tunaweza kujua kutoka kwa mtazamo, kwamba mtu anaomba na moyo wa aina gani.

Hebu tazama ombi la Yakobo katika Mwanzo 32. Mto Yaboki ukiwa mbele yake, Yakobo alijipata mashakani. Yakobo hangeweza kurudi kwa sababu alikuwa amefanya makubaliano na mjomba wake Labani kwamba hangevuka mstari wa mpaka ulioitwa Galeedi. Hangeweza kuvuka Yaboki ambapo, upande huo mwingine, ndugu yake Esau alikuwa anamngojea amshike akiwa na watu 400. Ulikuwa wakati huo wa kukosa tumaini ndipo kiburi na ubinafsi wa Yakobo ambao alikuwa ametegemea uliharibiwa kabisa. Hatimaye, Yakobo alitambua kwamba ni wakati tu atakapotoa kila kitu kwa Mungu na kuugusa moyo wake ndipo matatizo yake yangetatuliwa. Yakobo alipokuwa anang'ang'ana katika maombi kufikia mahali pa nyonga yake kuvunjwa, hatimaye akapokea jibu la Mungu. Yakobo aliweza kuugusa moyo wa Mungu na kupatana na ndugu yake aliyekuwa anangojea kukabiliana naye.

Hebu tazama kwa karibu 1 Wafalme 18 ambapo Nabii Eliya alipokea "jibu la moto" na kumtukuza Mungu sana. Wakati ibada ya sanamu ilikuwa imekithiri wakati wa utawala wa Mfalme Ahabu, Eliya akiwa peke yake, alishindana na manabii 450 wa Baali na akawashinda kwa kushusha majibu ya Mungu chini mbele ya Waisraeli na akamtolea ushuhuda Mungu aliye hai.

Huu ndio wakati ambapo Ahabu alifikiri Nabii Eliya alipaswa kulaumiwa kwa ukame wa miaka mitatu na nusu ulioletwa juu ya Israeli na alikuwa anamtafuta huyo nabii. Hata hivyo, Mungu alipomwamuru Eliya aende mbele ya Ahabu, nabii alitii mara moja. Nabii alipoenda mbele ya mfalme aliyekuwa anamtafuta amwue, alisema kwa ujasiri yale aliyokuwa Mungu anazungumza kupitia kwake, na akageuza kila kitu kwa maombi ya imani, yaliyokuwa hayana hata tone moja la tashwishwi, kazi ya toba ilidhihirishwa kwa watu waliokuwa wakiabudu sanamu walipokuwa wanarudi kwa Mungu. Licha ya hayo, Eliya akasujudu, akainama na kuweka uso wake katikati ya magoti yake alipoomba kwa bidii kwamba angeshusha kazi ya Mungu chini duniani na kukomesha ukame uliokuwa umetesa nchi kwa miaka mitatu na nusu (1 Wafalme 18:42).

Mungu wetu anatukumbusha katika Ezekieli 36:36-37, "'Mimi, BWANA, nimesema hayo, tena nitayatenda.' BWANA

MUNGU asema hivi, "Tena kwa ajili ya jambo hili nitaulizwa na nyumba ya Israeli, ili niwatendee" Kwa maneno mengine, hata ingawa Mungu alikuwa amemwahidi Eliya mvua kubwa juu ya Israeli, mvua hiyo kubwa haingekuwa imenyesha bila Eliya kuomba kwa bidii kutoka moyoni mwake. Maombi ya kutoka mioyoni mwetu kwa kweli yanaweza kumgusa na kumpendeza Mungu, ambaye atatujibu mara moja na aturuhusu tumpe yeye utukufu.

2) Lazima umlilie Mungu katika maombi

Mungu anatuahidi kwamba atatusikia na kukutana nasi tunapomwita na kumwomba na kumtafuta yeye kwa mioyo yetu yote (Yeremia 29:12-13; Mithali 8:17). Katika Yeremia 33:3 pia anatuahidi, "Niite, nami nitakuitikia, nami nitakuonyesha mambo makubwa, magumu usiyoyajua." Sababu inayomfanya Mungu atwambie tumlilie katika maombi ni kwamba, tunapomlilia katika maombi kwa sauti kubwa, tutaweza kuomba kwa mioyo yetu yote. Kwa maneno mengine, tunapomlilia katika maombi, tutakatwa kutoka kwenye mawazo ya ulimwengu, uchovu, na usingizi na fikira zetu wenyewe hazitapata nafasi katika akili zetu.

Lakini, makanisa mengi leo yanaamini na kufundisha washirika wao kwamba kuwa kimya ndani ya makanisa ni "kiungu" na "kitakatifu." Ndugu wengine wakimlilia Mungu kwa sauti kubwa, washirika wengine katika kundi wana uharaka wa kufikiri kwamba hawako kihalisi na hata kuwahesabia hatia ya kuwa wapotovu. Hata hivyo, hili limesababishwa na kutojua Neno la Mungu na mapenzi yake.

Makanisa ya kwanza, yaliyoona madhihirisho makuu ya uwezo wa Mungu na uvuvio, yaliweza kumpendeza Mungu katika ujazo wa Roho Mtakatifu walipoinua sauti zao kwa Mungu kwa umoja (Matendo 4:24). Hata leo, tunaweza kuona jinsi ishara za miujiza na maajabu yasiyoweza kuhesabika yakidhihirishwa na jinsi wanavyopokea uvuvio mkubwa katika makanisa yanayomlilia Mungu kwa sauti kubwa na kufuata na kuishi kwa kufuata mapenzi ya Mungu.

"Kumlilia Mungu" ni kumwomba Mungu kwa maombi ya ari na kwa sauti iliyoinuliwa. Kupitia kwa maombi kama hayo, ndugu wa kiume na dada katika Kristo wanaweza kujazwa Roho Mtakatifu. Hivyo, nguvu zinazowatatiza za adui ibilisi zinapofukuzwa, wanaweza kupokea majibu ya maombi yao, na vipawa vya kiroho.

Katika Biblia kuna taarifa zisizohesabika za visa ambamo Yesu na mababu wengi wa imani walimlilia Mungu kwa sauti iliyoinuliwa na wakapokea majibu yake.

Natuangalie mifano michache katika Agano la Kale.

Katika Kutoka 15:22-25 ni mandhari ambamo Waisraeli, baada ya kutoka Misri awali kidogo, wamevuka Bahari ya Shamu kwa miguu salama, baada ya Musa kuigawanya kwa imani. Kwa kuwa imani ya Waisraeli ilikuwa haba, hata hivyo, walilalamika dhidi ya Musa wakati waliposhindwa kupata maji ya kunywa walipokuwa wanavuka Jangwa la Shuri. Musa "alipomlilia" Mungu, maji machungu ya Mara yaligeuka kuwa matamu

Katika Hesabu 12 kuna kisa ambamo Miriamu dadake Musa alishikwa na ukoma baada ya kusema vibaya juu ya Musa. Wakati Musa alipomlilia Mungu, akisema, "Mpoze, Ee Mungu, nakusihi sana! Mungu akamponya Miriamu ukoma wake.

Katika 1 Samweli 7:9 tunasoma, "Ndipo Samweli akatwaa mwana-kondoo mchanga, akamtolea BWANA sadaka ya kuteketezwa nzima; Samweli akamlilia BWANA kwa ajili ya Israeli; BWANA akamwitikia."

1 Wafalme 17 ni kisa cha mjane wa Sarepta aliyemfanyia ukarimu Eliya mtumishi wa Mungu. Mwanawe alipokuwa mgonjwa na akafa, Eliya alimwita Mungu akasema, "Ee BWANA, Mungu wangu, nakusihi, roho ya mtoto huyu imrudie ndani yake tena." Mungu akaisikia sauti ya Eliya; na roho ya mtoto ikamrudia, akafufuka. (1 Wafalme 17:21-22). Mungu aliposikia kilio cha Eliya, tunapata kwamba Mungu alijibu maombi ya huyo nabii.

Yona, aliyekuwa amemezwa na samaki mkubwa na akawa ndani yake kwa sababu ya kutomtii Mungu, pia alipokea wokovu alipomlilia Mungu katika maombi. Katika Yona 2:2 tunapata kwamba alipoomba, "Nalimlilia BWANA kwa sababu ya shida yangu, naye akaniitikia. Katika tumbo la kuzimu naliomba, nawe ukasikia sauti yangu." Mungu alisikia kilio chake na akamwokoa. Haijalishi tutajipata katika hali gani pengine katika hali mbaya na ya kufadhaisha kama ya Yona, Mungu atatupatia matamanio ya mioyo yetu, atujibu, na kutupatia suluhisho kwa matatizo yetu tunapotubu makosa yetu mbele zake na kumlilia yeye.

Agano jipya pia limejaa visa ambamo watu walimlilia Mungu. Katika Yohana 11:43-44, tunapata kwamba Yesu alipaza sauti akasema, "Lazaro, toka nje," yule mtu aliyekuwa amekufa alitoka nje, akiwa amefungwa mikono na nyayo kwa sanda, na uso wake ulifunikwa nguo. Kulikuwa hakuna tofauti yoyote kwa Lazaro mtu aliyekufa, kama Yesu angemwita kwa sauti kubwa au kumnong'onezea. Lakini, Yesu alikuwa anamwita Mungu kwa sauti kubwa. Yesu alimfufua Lazaro, ambaye mwili wake ulikuwa umekuwa kaburini kwa siku nne, kwa ombi lake lililolingana na mapenzi ya Mungu na akadhihirisha utukufu wa Mungu.

Marko 10:46-52 inatwambia kuhusu uponyaji wa kipofu mwombaji aliyeitwa Bartimayo:

"Hata [Yesu] alipokuwa akishika njia kutoka Yeriko, pamoja na wanafunzi wake, na mkutano mkubwa, mwana wa Timayo, Bartimayo, yule mwombaji kipofu, alikuwa ameketi kando ya njia. Naye aliposikia ya

kwamba ni Yesu Mnazareti, alianza kupaza sauti yake, na kusema, "Mwana wa Daudi, Yesu, unirehemu!" Na wengi wakamkemea ili anyamaze, lakini alizidi kupaza sauti, "Mwana wa Daudi, unirehemu!" Yesu akasimama akasema, "Mwiteni." Wakamwita yule kipofu, wakamwambia, "Jipe moyo; inuka! Anakuita." Akatupa vazi lake, akaruka, akamwendea Yesu. Yesu akamjibu, akamwambia, "Wataka nikufanyie nini?" Yule kipofu akamwambia, "Mwalimu wangu, nataka nipate kuona!" Yesu akamwambia, "Enenda zako, imani yako imekuponya." Mara akapata kuona; akamfuata njiani."

Katika Matendo 7:59-60, Shemasi Stefano alipokuwa anapigwa mawe afe kama mfiadini, Alimwita Bwana akasema, "Bwana Yesu, pokea roho yangu!" Akapiga magoti, akalia kwa sauti kuu, "Bwana, usiwahesabie dhambi hii!"

Na katika Matendo 4:23-24, 31, tunasoma hivi, "Hata [Petro na Yohana] walipofunguliwa, wakaenda kwa watu wao, wakawapasha habari ya mambo yote waliyoambiwa na wakuu wa makuhani na wazee. Nao waliposikia, wakampazia Mungu sauti zao kwa moyo mmoja. Hata walipokwisha kumwomba Mungu, mahali pale walipokusanyika pakatikiswa, wote wakajaa roho mtakatifu, wakanena neno la Mungu kwa ujasiri."

Unapomlilia Mungu, unaweza kuwa shahidi wa kweli wa Yesu Kristo na kudhihirisha uwezo wa Roho Mtakatifu.

Mungu alitwambia tumlilie yeye hata tunapokuwa tunafunga. Tukitumia wakati mwingi wa kufunga kwetu tukiwa tumelala kutokana na uchovu, hatutapokea majibu yoyote kutoka kwa Mungu. Mungu anaahidi katika Isaya 58:9, "Ndipo utaita, na Bwana ataitika; utalia, naye atasema, Mimi hapa.'" Kulingana na ahadi yake, tukilia wakati tunapofunga, neema na uwezo kutoka juu vitashuka juu yetu na tutakuwa washindi na tupokee majibu ya Mungu.

Kwa "Mfano wa Mjane Msumbufu," Yesu alituuliza bila kutaka jibu, "Na Mungu, je! Hatawapatia haki wateule wake wanaomlilia mchana na usiku, naye ni mvumilivu kwao?" na akatwambia tumlilie Mungu katika maombi (Luka 18:7).

Kwa hivyo, kama Yesu anavyotwambia katika Mathayo 5:18, "Kwa maana, amin,a nawaambia, Mpaka mbingu na nchi zitakapoondoka, yodi moja wala nukta moja ya torati haitaondoka, hata yote yatimie," watoto wa Mungu wanapoomba, ni asilia kabisa kwao kumlilia katika maombi. Hii ni amri ya Mungu. Kwa kuwa sheria yake inaamuru kwamba tunapaswa kula matunda ya kwa kazi yetu ya taabu, tunaweza kupokea majibu ya Mungu tunapomwita yeye.

Watu wengine wanaweza kusema, madai yao wakiyategemeza juu ya Mathayo 6:6-8, na waulize, "Je, tuna lazima ya kumlilia Mungu na huku anajua tayari mahitaji yetu kabla hatujaomba?" au "Kwa nini tumlilie na huku Yesu alisema niombe katika siri chumbani mwangu na mlango ukiwa umefungwa?" Lakini, hakuna mahali popote katika Biblia ambapo unaweza kupata mafungu yanayotaja watu wakiomba katika siri katika vyumba vyao. Maana ya kweli ya Mathayo 6:6-8 ni kutuhimiza tuombe na mioyo yetu yote. Ingia chumba chako cha ndani na ufunge mlango. Kama umo ndani ya chumba binafsi na umetulia na mlango umefungwa, je, hutatengwa kutokana na mawasiliano yote ya nje? Kama tu vile ambavyo tukiwa ndani ya vyumba vyetu huku milango ikiwa imefungwa tutatengwa tusiweze kuyafikia mambo ya nje, katika Mathayo 6:6-8 Yesu anatwambia tujitenge na mawazo yetu yote, mawazo ya kilimwengu, wasiwasi, fadhaa, na mambo kama hayo, na tuombe kwa mioyo yetu yote.

Zaidi ya hayo, Yesu alisimulia hadithi hii kama somo kwa watu ili wajue kwamba Mungu hasikilizi maombi ya Mafarisayo na makuhani, ambao wakati wa Yesu waliomba kwa sauti kubwa ili wasifiwe na waonekane na wengine. Hatupaswi kujivuna kwa sababu ya wingi wa maombi yetu. Badala yake, ni lazima katika maombi yetu tung'ang'ane kwa mioyo yetu yote kumwomba yeye aijuaye mioyo yetu na akili zetu. Tung'ang'ane kumwomba Mwenyezi ajuaye mahitaji na matakwa yetu yote, na Yeye ambaye ndiye "yote katika yote.

Ni vigumu kuomba kwa mioyo yetu yote tukiomba kimyakimya. Jaribu kuomba kwa kutafakari ukiwa umefunga macho usiku. Punde tu utajigundua uking'ang'ana dhidi ya uchovu na mawazo ya kilimwengu, badala ya kuomba. Unapochoka kufukuza usingizi, utalala pasipo wewe kujua.

Badala ya kuomba katika utulivu wa chumba kilicho kimya, "Ikawa siku zile [Yesu] aliondoka akaenda mlimani ili kuomba, akakesha usiku kucha katika kumwomba Mungu "(Luka 6:12) na "Hata alfajiri na mapema sana akaondoka, akatoka akaenda zake mahali pasipokuwa na watu, akaomba huko"(Marko 1:35). Katika chumba chake cha dari, Nabii Danieli alifungua madirisha katika chumba chake kukabili Yerusalemu; akapiga magoti mara tatu kila siku, akasali, akashukuru mbele za Mungu wake (Danieli 6:10). Petro alikwea katika chumba cha juu kuomba (Matendo 10:9), na mtume Paulo alitoka nje ya lango hadi kando ya mto, mahali alipoona kwamba kuna mahali pa kuomba na akaomba mahali pale pa kuomba huku akiwa kule Filipi (Matendo 16:13; 16). Hawa watu waliweka mahali maalumu pa kuomba kwa sababu walitaka kuomba kwa mioyo yao yote. Ni lazima uombe kwa njia ambayo maombi yako yanaweza kupenya nguvu za adui ibilisi mtawala wa ufalme wa hewani na yafike katika kiti cha enzi cha juu. Ni wakati huo peke yake ndipo utajazwa Roho Mtakatifu, majaribu yako yatafukuzwa, na utapokea majibu ya matatizo yako yote makubwa na madogo.

3) Maombi yako lazima yawe na lengo

Watu wengine wanaweza kupanda miti ili wapate mbao nzuri. Wengine wanaweza kupanda miti ili wapate matunda. Wengine pia wanaweza kupanda miti ili watumie mbao kutengeneza bustani nzuri. Mtu akipanda miti bila lengo maalumu, kabla hiyo miti midogo haijakuwa mirefu na kukomaa anaweza kuipuuza kwa kuwa anaweza kumakinikia kazi zake nyingine.

Kuwa na lengo maalum katika juhudi zozote husukuma mbele juhudi hizo na huleta matokeo na mapato ya haraka na bora zaidi. Hata hivyo, bila lengo lililo wazi, juhudi fulani inaweza kushindwa kuvumilia hata kizuizi kidogo kwa sababu bila mwelekeo wowote, huwa kuna tashwishwi na kushindwa peke yake.

Ni lazima tuwe na lengo maalumu tunapoomba mbele za Mungu. Tumeahidiwa kupokea chochote tunachoomba kutoka kwa Mungu, tunapoomba kwa uhakika mbele zake (1 Yohana 3:21-22), na lengo la maombi yetu linapokuwa wazi, tutaweza kuomba kwa bidii zaidi na uvumilivu mkubwa zaidi. Mungu wetu atatupatia kila kitu tunachohitaji, anapoona hakuna jambo la kututia katika hatia ndani ya mioyo yetu. Ni lazima siku zote tukumbuke lengo la maombi yetu na tuweze kuomba kwa njia inayompendeza Mungu.

4) Ni lazima uombe kwa imani

Kwani kipimo cha imani ni tofauti kwa kila mtu, kila mtu atapokea majibu ya Mungu kulingana na imani yake. Watu wanapomkubali Yesu Kristo kwa mara ya kwanza na kufungua mioyo yao, Roho Mtakatifu huingia na kukaa ndani yao na Mungu huwapiga mhuri kama watoto wake. Hili hufanyika wanapokuwa na imani ya kiasi cha tembe ya haradali.

Wanapoifanya Siku ya Bwana kuwa takatifu na kuendelea kuomba, kung'ang'ana kushika amri za Mungu, na kuishi kwa kufuata Neno Lake, imani yao itakua. Hata hivyo, wanapokabiliwa na majaribu na mateso kabla hawajasimama imara juu ya mwamba wa imani, wanaweza kuwa na tashwishwi na uwezo wa Mungu na wakati mwingine kuvunjika moyo. Hata hivyo, mara wanaposimama juu ya mwamba wa imani, hawataanguka katika hali yoyote bali watamtegemea Mungu katika imani na kuendelea kuomba. Mungu huona imani kama hiyo, na atafanya kazi kwa wema wa wale wanaompenda.

Wanapoendelea kujenga maombi juu ya maombi, pamoja na uwezo wa kutoka juu watapigana dhidi ya dhambi na kufanana na Bwana wetu. Watakuwa na dhana ya wazi ya mapenzi ya Bwana wetu na watayatii. Hii ni imani inayompendeza Mungu na watapokea chochote wanachoomba. Watu wanapoendelea kufika katika kipimo cha imani, wataona ahadi inayopatikana katika Marko 16:17-18, isemayo, "Na ishara hizi zitafuatana na hao waaminio; kwa jina langu watatoa pepo; watasema kwa lugha mpya; watashika nyoka; hata wakinywa kitu cha kufisha, hakitawadhuru kabisa; wataweka mikono yao juu ya wagonjwa, nao watapata afya." Watu wa imani kubwa watapokea majibu kulingana na imani yao, na watu wa imani haba pia watapokea majibu kulingana na imani yao.

Kuna "imani ya ubinafsi" ambayo utakuja kuwa nayo kivyako, na "imani upewayo na Mungu." "Imani ya ubinafsi" haikubaliani na matendo ya mtu, lakini imani upewayo na Mungu ni imani ya kiroho ambayo siku zote inaambatana na matendo. Biblia inatuambia kwamba imani ni kuwa na hakika ya mambo yatarajiwayo (Waebrania 11:1), lakini "imani ya ubinafsi" haiwi na uhakika. Hata kama mtu anawezakuwa na imani ya kugawanya Bahari ya Shamu na kuhamisha milima, akiwa na "imani ya ubinafsi," hana uhakika na majibu ya Mungu.

Mungu hutupatia "imani iliyo hai" inayoambatana na matendo wakati tunapotii, na kudhihirisha imani yetu kwa matendo, na kuomba kulingana na imani yetu wenyewe katika yeye. Tunapomwonyesha imani tuliyo nayo tayari, imani hiyo itashikana na "imani iliyo hai" ambayo yeye hutuongezea, ambayo nayo itakuwa imani kubwa ambayo kwa hiyo tunaweza kupokea majibu ya Mungu bila kukaawia. Wakati mwingine watu huona uhakika usioweza kukataliwa wa jibu lake. Hii ni imani wanayopewa na Mungu na kama watu watakuwa na imani kama hiyo, tayari wamepokea majibu yao.

Kwa hivyo, bila kuwa na tashwishwi hata kidogo, ni lazima tuweke imani yetu katika ahadi anayotupatia Yesu katika Marko 11:24, "Kwa sababu hiyo nawaambia, Yo yote myaombayo mkisali, aminini ya kwamba mnayapokea, nayo yatakuwa yenu." Na ni lazima tuombe mpaka tuwe na hakika ya majibu ya Mungu, na tupokee kila tunachoomba katika maombi (Mathayo 21:22).

5) Ni lazima uombe kwa upendo

Waebrania 11:6 inatuambia, "Lakini pasipo imani haiwezekani kumpendeza; kwa maana mtu amwendeaye Mungu lazima aamini kwamba yeye yuko, na kwamba huwapa thawabu wale wamtafutao." Kama tunaamini kwamba maombi yetu yote yatajibiwa na yatahifadhiwa kama thawabu zetu za mbinguni, hatungeona maombi kuwa ya kuchosha na magumu.

Kama tu Yesu alivyong'ang'ana katika maombi ili awapatie wanadamu uzima, tukiombea nafsi nyingine kwa upendo, tunaweza kuomba kwa bidii pia. Kama unaweza kuwaombea wengine kwa moyo mkweli, hiyo maan yake ni kwamba unaweza kujiingiza mahali pake na kuyaona matatizo yao kuwa kama yako, hivyo basi kuomba kwa bidii zaidi na zaidi.

Kwa mfano, tuseme unaombea ujenzi wa kanisa lenu. Ni lazima uombe kwa moyo huo huo ambao ungeombea ujenzi wa nyumba yako mwenyewe. Kama tu jinsi ungeomba kwa utondoti kwa ajili ya ardhi, wafanyakazi, vitu, na vingine kama hivyo kwa ajili ya nyumba yako, ni lazima uombee kila kipengele na kitu cha lazima kwa ajili ya ujenzi wa kanisa kwa utondoti. Ukimwombea mgonjwa, ni lazima ujiingize mahali pake na ung'ang'ane katika maombi kwa moyo wako wote kama ambaye maumivu na mateso yake ni yako mwenyewe.

Ili aweze kutimiza mapenzi ya Mungu, Yesu alikuwa na desturi ya kupiga magoti na kung'ang'ana katika maombi katika upendo wake kwa Mungu na upendo wake kwa wanadamu wote. Matokeo yake, njia ya wokovu ilifunguka na mtu yeyote anayemkubali Yesu Kristo anaweza sasa kusamehewa dhambi zake na kufurahia mamlaka anayostahili kupewa kama mtoto wa Mungu.

Kwa kutegemea jinsi Yesu alivyoomba na mambo muhimu ya aina ya maombi yanayompendeza Mungu, ni lazima tuangalie mitazamo yetu na mioyo yetu, tuombe kwa mtazamo na kwa moyo unaompendeza Mungu, na tupokee kutoka kwake kila kitu tunachoomba katika maombi.

Sura ya 4

Msije Mkaingia Majaribuni

[Yesu] akawajia wale wanafunzi
akawakuta wamelala,
akamwambia Petro,
"Je! Hamkuweza kukesha
pamoja nami hata saa moja?
Kesheni, mwombe,
msije mkaingia majaribuni;
roho i radhi, lakini mwili ni dhaifu."

(Mathayo 26:40-41)

1. Maisha ya Maombi: Pumzi za Roho Zetu

Mungu wetu yu hai, anaangalia maisha ya mwanadamu, kifo, laana, na baraka, na upendo, hukumu ya haki, na wema. Hataki watoto wake waingie majaribuni au wakabiliwe na mateso bali waishi maisha yaliyojaa baraka. Hiyo ndiyo sababu amemtuma Roho Mtakatifu Mshauri duniani, ambaye angewasaidia watoto wake kuushinda ulimwengu, kumfukuza adui ibilisi, kuishi maisha ya afya na furaha, na kuufikia wokovu.

Mungu alituahidi katika Yeremia 29:11-12, "Maana nayajua mawazo ninayowawazia ninyi, asema Bwana, ni mawazo ya amani wala si ya mabaya, kuwapa ninyi tumaini siku zenu za mwisho. Nanyi mtaniita, mtakwenda na kuniomba, nami nitawasikiliza."

Kama tutaishi maisha haya katika amani na tumaini, ni lazima tuombe. Tukiomba bila kukoma wakati wa maisha yetu katika Kristo, hatutajaribiwa, nafsi zetu zitafanikiwa, yale ambayo yanaonekana "hayawezekani" yatageuka na kuwa "yanayowezekana," kila jambo maishani litaenda vizuri, na tutafurahia afya njema. Lakini, kama watoto wa Mungu hawaombi, kwani adui yetu ibilisi anazunguka kama simba angurumaye akitafuta mtu wa kummeza, tutakabiliwa na majaribu na kupatwa na majanga.

Kama tu maisha yanavyoisha kama hatupumui kila siku,

umuhimu wa maombi katika maisha ya watoto wa Mungu ni wa lazima. Hiyo ndiyo sababu Mungu anatuamuru tuombe bila kukoma (1 Wathesalonike 5:17), anatukumbusha kukosa kuomba ni dhambi (1 Samweli 12:23), na anatufundisha kuomba tusije tukaingia majaribuni (Mathayo 26:41).

Waamini wapya waliomkubali Yesu Kristo hivi karibuni kwa mara ya kwanza huelekea kuona kuomba kuwa jambo gumu kwa sababu hawajui jinsi ya kuomba. Roho yetu iliyokufa inazaliwa tena tunapomkubali Yesu Kristo na kumpokea Roho Mtakatifu. Hali ya kiroho wakati huu ni ile ya mwana mchanga; Kuomba ni kugumu.

Hata hivyo, kama hawatavunjika moyo lakini waendelee kuomba na kutengeneza mkate wa Neno la Mungu, roho zao hutiwa nguvu na maombi yao huwa na nguvu zaidi. Kama tu ambavyo watu hawawezi kuishi bila kupumua, wao hutambua kwamba hawawezi kuishi bila kuomba.

Katika utoto wangu, kulikuwa na watoto walioshindana ili waone kama ni nani angefunga pumzi zake kwa muda mrefu zaidi. Watoto wawili wawili wangekabiliana na kuvuta pumzi zito. Mtoto mwingine akisema "Tayari," wale watoto wawili huvuta pumzi nyingi kama wanavyoweza. "Refa" anaposema kwa sauti kubwa "Anza!" na mikonyezo ya uso iliyojaa amri, wale watoto wawili huzuia pumzi zao.

Mara ya kwanza kuzuia pumzi si jambo gumu. Hata hivyo

muda ukienda kidogo, wale watoto husikia wamekabwa na nyuso zao hugeuka kuwa nyekundu. Mwishowe, hushindwa kushika pumzi zao na kulazimika kutoa pumzi nje. Hakuna mtu awezaye kuishi kama akiacha kupumua. Kupumua ni sawa sawa na maombi. Mtu wa kiroho anapoacha kuomba, mara ya kwanza hataona tofauti. Hata hivyo, muda unapopita, moyo wake huanza kuhisi kuvunjika na kuteseka. Kama tungeweza kuona roho yake kwa macho yetu, roho hiyo inaweza kuwa karibu na kufa kwa kukosa pumzi. Akitambua kwamba haya yote ni kwa sababu aliacha kuomba na akirudia kuomba, anaweza kuishi maisha ya kawaida tena ndani ya Kristo. Lakini, akiendelea kufanya dhambi ya kutoomba, moyo wake utahisi udhaifu na mfadhaiko, na atavumilia sehemu nyingi za maisha yake zikienda kombo.

"Kupumzika" kuomba si mapenzi ya Mungu. Kama tunavyotweta mpaka pumzi zetu zirudi hali yake ya kawaida, kurudi katika maisha ya kawaida ya maombi ya awali ni vigumu sana na huchukua wakati mwingi zaidi. Jinsi "pumziko" litakavyokuwa refu, ndivyo itakavyochukua muda mrefu kurudisha nguvu za maisha yako ya maombi.

Watu wanaotambua kwamba maombi ndio pumzi za roho zao hawaoni maombi kuwa jambo la kuchokesha. Kama wamekuwa na desturi ya kuomba jinsi wanavyovuta hewa na kuitoa kidesturi, badala ya kuona maombi yanachosha au ni magumu, wanakuwa na amani zaidi, wanajazwa tumaini zaidi, na wanakuwa na furaha zaidi maishani kuliko kutoomba. Hili ni kwa sababu wanapokea majibu ya Mungu na kumtukuza yeye kama wanavyoendelea kuomba.

2. Kwa Nini Majaribu Huwapata Watu Wasioomba

Yesu alituonyesha mfano wa maombi na akawaambia wanafunzi wake wakeshe na kuomba wasije wakaingia majaribuni (Mathayo 26:41). Kinyume cha hili, ni kwamba kama hatutaomba bila kukoma, tutaingia majaribuni. Basi kwa nini majaribu huwapata watu wasioomba?

Mungu alimuumba mtu wa kwanza Adamu, akamfanya kiumbe kinachoishi, na akamruhusu awasiliane na Mungu ambaye ni Roho. Baada ya Adamu kula matunda ya mti wa Ujuzi wa Mema na Mabaya na kumwasi Mungu, roho ya Adamu ilikufa, mawasiliano yake na Mungu yakakatwa. Akafukuzwa kutoka katika Bustani ya Edeni. Adui ibilisi, mtawala wa ufalme wa hewani, alipokuwa anachukua utawala wa mwanadamu ambaye alikuwa hawezi tena kuwasiliana na Mungu ambaye ni Roho, mwanadamu alizidi kuroweshwa katika dhambi polepole.

Kwa kuwa mshahara wa dhambi ni mauti (Warumi 6:23), Mungu alifunua upaji wake wa wokovu kupitia kwa Yesu Kristo kwa wanadamu wote waliokuwa wamehukumiwa kifo. Mungu humpiga mhuri kama mtoto wake, mtu yeyote ampokeaye Yesu kama Mwokozi wake, na kuungama kuwa yeye ni mwenye dhambi, na kutubu, na kama kipawa cha hakikisho hilo, Mungu humpa Roho Mtakatifu.

Roho Mtakatifu Mshauri ambaye Mungu alimtuma huutia ulimwengu hatiani kuhusiana na dhambi na haki na hukumu (Yohana 16:8), hutuombea kwa kuugua kusikoelezeka (Warumi 8:26), na hutuwezesha kuushinda ulimwengu.

Ili uweze kujazwa Roho Mtakatifu na kupokea mwongozo wake, maombi ni jambo la lazima kabisa. Wakati tunapoomba peke yake ndipo Roho Mtakatifu huzungumza nasi, hugusa mioyo yetu na akili zetu, hutuonya juu ya majaribu yajayo, hutwambia njia za kujiepusha na majaribu kama hayo, na hutusaidia kushinda majaribu hata yakitujia.

Hata hivyo, bila kuomba hakuna namna ya kutofautisha kati ya mapenzi ya Mungu na mapenzi ya mwanadamu. Katika kufuata tamaa za ulimwengu, watu ambao hawana maisha ya ratiba ya maombi wataishi kulingana na tabia zao za zamani na kufuata yaliyo sawa kulingana na haki yao ya kibinafsi. Hivyo basi, majaribu na mateso huletwa kwao wanapoendelea kukabiliwa na aina zote za ugumu.

Katika Yakobo 1:13-15 tunasoma, "Mtu ajaribiwapo, asiseme, 'Ninajaribiwa na Mungu'; maana Mungu hawezi kujaribiwa na maovu, wala yeye mwenyewe hamjaribu mtu. Lakini kila mmoja hujaribiwa na tamaa yake mwenyewe huku akivutwa na kudanganywa. Halafu ile tamaa ikiisha kuchukua mimba huzaa dhambi, na ile dhambi ikiisha kukomaa huzaa mauti."

Kwa maneno mengine, majaribu huwajia watu wasioomba kwa sababu wanashindwa kutofautisha kati ya mapenzi ya Mungu na mapenzi ya mwanadamu, wanavutwa na tamaa zao za ulimwengu, na kupatwa na mambo magumu kwa sababu hawawezi kushinda majaribu. Mungu anawataka watoto wake wote wajifunze kutosheka na kila hali, wajue kuwa wanahitaji na kuwa na vingi ni nini. Wajifunze siri ya kutosheka katika hali yoyote na katika hali zote, washibe vizuri au wawe na njaa. Wawe wanaishi katika utele au katika uhitaji (Wafilipi 4:11-12).

Hata hivyo, kwa kuwa tamaa za ulimwengu hufunga mimba na kuzaa dhambi, na mshahara wa dhambi ni mauti, Mungu hawezi kulinda watu wanaoendelea kufanya dhambi. Mradi tu watu wamefanya dhambi, adui ibilisi huwaletea nyakati za majaribu na mateso. Watu wengine walioingia majaribuni humwudhi Mungu kwa kudai kwamba aliwatia katika majaribu na kuwatupa katika mateso. Hata hivyo, haya ni matendo ya kuweka kisasi dhidi ya Mungu na watu kama hao hawawezi kushinda majaribu na hawamwachii Mungu nafasi yoyote ya kufanya kazi kwa wema wao.

Kwa hivyo Mungu anatuamuru tuangushe mawazo na kila kitu kilichoinuka, kijiinuacho juu ya elimu ya Mungu; na tukiteka nyara kila fikira ipate kumtii Kristo (2 Wakorintho 10:5). Na anatukumbusha katika Warumi 8:6-7, "Kwa kuwa nia ya mwili ni mauti; bali nia ya roho ni uzima na amani. Kwa kuwa ile nia ya mwili ni uadui juu ya Mungu, kwa maana haitii sheria ya Mungu, wala haiwezi kuitii."

Taarifa nyingi tulizojifunza na kuzihifadhi katika akili zetu kama "haki" kabla kukutana na Mungu zimepatikana kuwa za uongo zikilinganishwa na kweli. Kwa hivyo, tunaweza kufuata mapenzi ya Mungu kikamilifu wakati tutakapoangusha nadharia zote na mawazo ya kimwili. Licha ya hayo, kama tunataka kuangusha ubishi na kila kujifanya na kutii kweli, ni lazima tuombe.

Wakati mwingine, Mungu wa upendo husahihisha watoto wake wapendwa ili wasifuate njia ya maangamizi na huruhusu wapate majaribu ili waweze kutubu na kuziacha njia zao. Watu wanapojichunguza wenyewe na kutubia chochote ndani yao ambacho machoni mwa Mungu hakifai, kuendelea kuomba, kumwangalia yule ambaye katika kila kitu hufanya kazi kwa wema wa wale wampendao Yeye, na kufurahi siku zote, Mungu ataona imani yao na kwa kweli atawajibu.

3. Roho I Radhi, lakini Mwili ni Dhaifu

Usiku ule kabla hajauchukua msalaba, Yesu alienda na wanafunzi wake mahali palipoitwa Gethsemane na akang'ang'ana katika maombi. Alipowapata wanafunzi wake wamelala, Yesu alilalamika na kusema, "Roho i radhi, lakini mwili ni dhaifu" (Mathayo 26:40-41).

Katika Biblia kuna istilahi kama, "mwili," "mambo ya mwili," na "matendo ya mwili." Kwa upande mmoja, "mwili" u kinyume na "roho" na kwa jumla unahusu kila kitu kinachoharibika na kubadilika. Unarejelea kila uumbaji, pamoja na mwanadamu kabla hajabadilishwa na kweli, mimea, wanyama wote, na vitu kama hivyo. Kwa upande mwingine, "roho" inahusu vitu vya milele, vya kweli, na visivyobadilika.

Tangu uasi wa Adamu, wanaume na wanawake wote wanazaliwa na asilia ya ndani ya kufanya dhambi, na hii ndiyo dhambi asili. "Dhambi za kufanya mwenyewe binafsi" ni matendo yasiyokuwa kweli yanayofanywa kwa uchochezi wa adui ibilisi. Mwanadamu anakuwa "mwili" wakati mwili wake ukipakwa mambo yasiyokuwa kweli na huo mwili umeunganishwa na asilia ya kufanya dhambi. Hivyo ndivyo Warumi 9:8 inavyotaja "watoto wa mwili." Kifungu kinasema, "Yaani, si watoto wa mwili walio watoto wa Mungu, bali watoto wa ile ahadi wanahesabiwa kuwa wazao." Na Warumi 13:14

inatuonya, "Bali mvaeni Bwana Yesu Kristo, wala msiuangalie mwili, hata kuwasha tamaa zake."

Licha ya hayo, "mambo ya mwili" ni mkusanyiko wa sifa mbalimbali za dhambi kama udanganyifu, husuda, wivu, na chuki (Warumi 8:5-8). Bado hayajafanywa kimwili lakini yanaweza kujumuishwa katika matendo. Tamaa hizi zinapoamshwa, zinaitwa "matendo ya mwili" (Wagalatia 5:19-21).

Yesu alimaanisha nini aliposema "mwili ni dhaifu"? Je, alikuwa anataja hali ya kimwili ya wanafunzi wake? Kama watu waliokuwa wavuvi awali, Petro, Yakobo, na Yohana walikuwa katika kilele cha maisha na walikuwa na afya njema na thabiti. Kwa watu ambao walikuwa wamekesha usiku mara nyingi kuvua samaki, kuwa macho kwa saa chache usiku halingekuwa jambo kubwa. Hata hivyo, hata baada ya Yesu kuwaambia wakae hapo na wakeshe naye, wanafunzi hao watatu hawakuweza kuomba bali waliishia kulala usingizi. Wangekuwa wameenda Gethsemane kuomba na Yesu, lakini tamanio hili lilikuwa mioyoni mwao peke yake. Badala yake, Yesu alipowaambia kwamba miili yao ilikuwa "dhaifu," alimaanisha kwamba hao watatu hawakuweza kuzuia tamaa ya mwili iliyowashawishi walale na kupumzika.

Petro aliyekuwa mmoja wa wanafunzi wapendwa wa Yesu hakuweza kuomba kwa sababu mwili wake ulikuwa dhaifu hata ingawa roho ilikuwa inapenda. Na Yesu aliposhikwa na maisha yake kutishiwa, alimkana Yesu mara tatu kwamba hamjui. Hili lilifanyika kabla Yesu kufufuka na kupaa mbinguni, na Petro alishikwa na hofu kuu akiwa hajampokea Roho Mtakatifu. Hata hivyo, baada ya Petro kumpokea Roho Mtakatifu, aliwafufua wafu, akadhihirisha ishara za miujiza na maajabu, na akawa mjasiri kiasi cha kutosha kusulubiwa juu chini. Ishara za udhaifu wa Petro hazikuonekana kamwe kwa kuwa alibadilishwa akawa mtume mjasiri wa uwezo wa Mungu aliyekuwa haogopi kifo. Hii ni kwa sababu Yesu alimwaga damu yake ya thamani, isiyo mawaa, na lawama na akatukomboa kutokan na ulemavu, umaskini, na udhaifu. Tukiishi kwa imani, katika kulitii Neno la Mungu, tutafurahia afya njema katika mwili na roho, na tuweze kufanya yale yasiyowezekana kwa mwanadamu, na chochote kitakuwa kinawezekana kwetu.

Hata hivyo, wakati mwingine, watu wengine wanaofanya dhambi, badala ya kutubu dhambi zao, wana haraka ya kusema "Mwili ni dhaifu" na hufikiri kufanya dhambi ni kawaida. Watu kama hao hutamka maneno kama hayo kwa sababu hawajui kweli. Tuseme baba ampe mwanawe $1,000. Itakuwa dhihaka ya namna gani kama huyo mwana atatia hizo pesa mfukoni mwake na amwambie babake, "Sina pesa kabisa, hata ndururu sina"? Huyo baba atavunjika moyo namna gani kama mwanawe – bado akiwa na zile $1,000 mfukoni mwake – atakufa kwa njaa bila kununua chakula chochote. Kwa hivyo, kwa wale kati yetu ambao wamempokea Roho Mtakatifu, "Mwili ni dhaifu" ni upuuzi.

Nimeona watu wengi waliokuwa na desturi ya kwenda kulala saa 4.00 ya usiku, sasa wakihudhuria "Ibada ya Kesha ya Ijumaa" baada ya kuomba na kumpokea Roho Mtakatifu. Hawachoki au kuwa na usingizi na wanamtolea Mungu kila Ijumaa usiku katika ujazo wa Roho Mtakatifu. Hii ni kwa sababu, katika ujazo wa Roho Mtakatifu, macho ya kiroho ya watu yamenolewa, mioyo yao inabubujikwa na furaha, hawahisi uchovu, na mili yao inahisi kuwa myepesi.

Kwa kuwa tunaishi katika kipindi cha Roho Mtakatifu, ni lazima tusikose kamwe kuomba na tusifanye dhambi kwa sababu "mwili ni dhaifu." Badala yake, kukaa macho na kuomba bila kukoma, ni lazima tupokee msaada wa Roho Mtakatifu na tuache mambo na matendo ya mwili na mambo kama hayo, na tuishi maisha yetu kwa ari katika Kristo na siku zote tuishi kulingana na mapenzi ya Mungu kwetu.

4. Baraka kwa Watu Wanaokaa Macho na Kuomba

1 Petro 5:8-9 inatwambia, "Mwe na kiasi na kukesha. Kwa kuwa mshitaki wenu Ibilisi, kama simba angurumaye, huzunguka-zunguka, akitafuta mtu ammeze. Nanyi mpingeni

huyo, mkiwa thabiti katika imani, mkijua ya kuwa mateso yale yale yanatimizwa kwa ndugu zenu walioko duniani." Adui Shetani na ibilisi, mtawala wa ufalme wa hewani, hung'ang'ana kuwashawishi wanaomwamini Mungu wapotoke na kuwazuia watu wa Mungu wasiwe na imani kila nafasi watakayopata.

Mtu akitaka kung'oa mti, hujaribu kuutikisa kwanza. Kama mti ni mkubwa na mnene na mizizi yake imeenda mbali chini ardhini, atashindwa na kujaribu kutikisa mti mwingine. Kama itaonekana kwamba huo mti wa pili unaweza kung'olewa kirahisi zaidi kuliko ule wa kwanza, atazidi kujikaza na kutikisa huo mti kwa nguvu zaidi. Vivyo hivyo, adui ibilisi anayetaka kutushawishi atafukuzwa tukiendelea kuwa imara. Hata hivyo, tukitikisika hata kwa kiasi kidogo, adui ibilisi ataendelea kutuletea majaribu ili atuangushe.

Ili tuweze kuchanganua na kuangamiza ujanja wa ibilisi na kutembea katika nuru kwa kuishi kulingana na Neno la Mungu, ni lazima tung'ang'ane katika maombi na kupokea nguvu kutoka kwa Mungu na uwezo kutoka juu. Yesu Mwana mmoja na wa pekee wa Mungu aliweza kukamilisha kila kitu kulingana na mapenzi ya Mungu kwa sababu ya uwezo wa maombi. Kabla kuanza kazi yake, Yesu alijitayarisha kwa kufunga siku arobaini usiku na mchana, na kazi yake yote ya miaka mitatu alidhihirisha kazi za ajabu za uwezo wa Mungu kwa kuomba kila mara na bila kukoma. Mwisho wa kazi yake, Yesu aliweza kuangamiza mamlaka ya kifo na kushinda kupitia kwa ufufuo kwa sababu aling'ang'ana katika maombi kule Gethsemane. Hiyo ndiyo sababu Bwana wetu alituhimiza "Dumuni sana katika kuomba, mkikesha katika kuomba huku na shukrani" (Wakolosai 4:2), na "Lakini mwisho wa mambo yote umekaribia; basi, iweni na akili, mkeshe katika sala" (1 Petro 4:7). Pia alitufundisha kuomba, "Na usitutie majaribuni, lakini utuokoe na yule mwovu" (Mathayo 6:13). Kujizuia tusiingie majaribuni ni muhimu sana sana. Ukiingia majaribuni, maanake ni kwamba hujayashinda, umechoka na kunyauka katika imani yako – kati ya hayo yote hakuna hata moja linalompendeza Mungu.

Tukikesha na kuomba, Roho Mtakatifu hutufundisha kutembea katika njia za haki na kupigana na dhambi na kuziacha. Licha ya hayo, mradi nafsi zetu zifanikiwe, mioyo yetu itafanana na ule moyo wa Bwana, tutafanya vizuri katika kila jambo la maisha, na tutapokea baraka za afya njema.

Maombi ndio ufunguo wa kufanya kila kitu katika maisha yetu kiendelee vizuri na kupokea baraka za afya njema katika mwili na roho. Tumeahidiwa katika 1 Yohana 5:18, "Twajua ya kuwa kila mtu aliyezaliwa na Mungu hatendi dhambi; bali yeye aliyezaliwa na Mungu hujilinda, wala yule mwovu hamgusi." Hiyo ndiyo sababu tunapokesha, kuomba, na kutembea katika nuru, tutalindwa salama kutokana na adui ibilisi na hata kama tutaingia majaribuni, Mungu atatuonyesha njia za kuokoka na, katika mambo yote, atafanya kazi kwa wema wa wale mnaompenda. Kwa kuwa Mungu alitwambia tuombe bila kukoma, ni lazima tuwe watoto wake waliobarikiwa, tunaoishi maisha yetu katika Kristo kwa kukesha, kumfukuza adui ibilisi, na kupokea kila kitu ambacho Mungu anataka kutubariki nacho.

Katika 1 Wathesalonike 5:22 tunapata, "Mungu wa amani mwenyewe awatakase kabisa; nanyi nafsi zenu na roho zenu na miili yenu mhifadhiwe mwe kamili, bila lawama, wakati wa kuja kwake Bwana wetu Yesu Kristo."

Kila mmoja wetu naapokee msaada wa Roho Mtakatifu kwa kukesha na kuomba kila mara, na apate kuwa na moyo usiokuwa na lawama na mawaa kama mtoto wa Mungu, kwa kuacha asilia zote za dhambi ndani yenu na kutahiri mioyo yenu kwa Roho Mtakatifu, na mfurahie mamlaka ya mtoto wake ambayo ndani yake roho zenu hufanikiwa, kila kitu katika maisha yenu kimefanikiwa na mnapokea baraka za afya njema, na mmpe Mungu utukufu katika kila kitu mtakachofanya, katika jina la Bwana wetu Yesu Kristo ninaomba!

Sura ya 5

Maombi ya Mwenye Haki Yaletayo Matokeo Tarajiwa

Maombi ya mwenye haki yaletayo matokeo tarajiwa
yanaweza kutimiza mengi.
Eliya alikuwa mwanadamu mwenye tabia moja na sisi,
akaomba kwa bidii mvua isinyeshe,
na mvua haikunyesha juu ya nchi muda
wa miaka mitatu na miezi sita.
Akaomba tena,
mbingu zikatoa mvua, nayo nchi ikazaa matunda yake.

(Yakobo 5:16-18)

1. Maombi ya Imani Yaponyayo Wagonjwa

Tukitazama maisha yetu, kulikuwa na wakati tulipokuwa tukiomba katikati ya mateso, na kulikuwa na wakati tuliposifu na kufurahi baada ya kupokea majibu ya Mungu. Kulikuwa na wakati tulipoomba pamoja na wengine kwa ajili ya uponyaji wa wapendwa wetu, na wakati tulipomtukuza Mungu baada ya kujibiwa kwa maombi, yale ambayo kwa mwanadamu hayawezekani.

Katika Waebrania 11 kuna marejeleo mengi ya imani. Katika kifungu cha kwanza tunakumbushwa kwamba, "Basi imani ni kuwa na hakika ya mambo yatarajiwayo, ni bayana ya mambo yasiyoonekana." Huku "Lakini pasipo imani haiwezekani kumpendeza; kwa maana mtu amwendeaye Mungu lazima aamini kwamba yeye yuko, na kwamba huwapa thawabu wale wamtafutao" (Kifungu cha 6).

Kwa upana, imani imegawanywa katika "imani ya kimwili" na "imani ya kiroho." Kwa upande mmoja, kwa imani ya kimwili tunaweza kuamini Neno la Mungu peke yake wakati Neno linakubaliana na mawazo yetu. Hii imani ya kimwili haileti mabadiliko yoyote maishani mwetu. Kwa upande mwingine, kwa imani ya kiroho, tunaweza kuamini uwezo wa Mungu aliye hai na Neno lake kama lilivyo hata kama halikubaliani na mawazo au nadharia yetu. Tunapoamini kazi ya Mungu anayeumba vitu bila kutumia chochote, tunapata mabadiliko ya kuonekana katika maisha yetu na pia ishara zake za miujiza na maajabu, na tunapata kuamini kwamba kila kitu kwa kweli kinawezekana kwa wale waaminio.

Kwa sababu hiyo Yesu alitwambia, "Na ishara hizi zitafuatana na hao waaminio; kwa jina langu watatoa pepo; watasema kwa lugha mpya; watashika nyoka; hata wakinywa kitu cha kufisha, hakitawadhuru kabisa; wataweka mikono yao juu ya wagonjwa, nao watapata afya" (Marko 16:17-18), "Yote yawezekana kwake aaminiye" (Marko 9:23), na kwamba "Kwa sababu hiyo nawaambia, Yo yote myaombayo mkisali, aminini ya kwamba mnayapokea, nayo yatakuwa yenu" (Marko 11:24).

Tunawezaje kuwa na imani ya kiroho na kuona moja kwa moja uwezo mkuu wa Mungu wetu? Juu ya mengine yote, ni lazima tukumbuke kwamba mtume Paulo alisema katika 2 Wakorintho 10:5, "Tukiangusha mawazo na kila kitu kilichoinuka, kijiinuacho juu ya elimu ya Mungu; na tukiteka nyara kila fikira ipate kumtii Kristo." Elimu tuliyokusanya kufikia wakati huu tusiichukulie tena kuwa kweli. Badala yake, tunapaswa kuharibu kila fikira na nadharia zinazopingana na Neno la Mungu, tuwe watiifu kwa Neno Lake ambalo ni kweli, na tuishi kwa kulifuata neno hilo. Mradi tu tuharibu mawazo ya kimwili na kuacha mambo yasiyokuwa kweli ndani yetu, nafsi yetu itafanikiwa na tutakuwa na imani ya kiroho ambayo kwa hiyo tunaweza kuamini.

Imani ya kiroho ndio kipimo cha imani ambayo Mungu

amempatia kila mmoja wetu (Warumi 12:3). Baada ya kuhubiriwa injili na kumkubali Yesu Kristo mara ya kwanza, imani yetu huwa ndogo sana kama tembe ya haradali. Tunapoendelea kuhudhuria ibada, kusikia Neno la Mungu, na kuishi kwa kulifuata hilo, tunakuwa wenye haki zaidi na zaidi. Zaidi ya hayo, imani yetu inapokuwa na kuwa imani kubwa, ishara zinazofuatana na wale walioamini zitafuatana nasi kweli.

Katika kuwaombea wagonjwa ili wapate kupona, lazima ndani ya maombi kama hayo ni mwe na imani ya kiroho ya wale wanaoomba. Kwa akida – ambaye mtumishi wake alikuwa amepooza na alikuwa anaumia sana – anayepatikana katika Mathayo 8 alikuwa na imani ambayo kwa hiyo aliamini mtumishi wake angepona kama Yesu angesema tu neno. Mtumishi wake aliponywa saa ile ile (Mathayo 8:5-13).

Licha ya hayo, tunapoombea wagonjwa, ni lazima tuwe na ujasiri katika imani yetu na tusiwe na tashwishwi kwa sababu, kama Neno la Mungu litwambiavyo, "Ila na aombe kwa imani, pasipo shaka yo yote; maana mwenye shaka ni kama wimbi la bahari lililochukuliwa na upepo, na kupeperushwa huku na huku. Maana mtu kama yule asidhani ya kuwa atapokea kitu kwa Bwana" (Yakobo 1:6-7).

Mungu hupendezwa na imani yenye nguvu na thabiti ambayo haitikisiki, na tunapoungana katika upendo na maombi kwa ajili ya wagonjwa kwa imani, Mungu hufanya kazi kwa ukubwa zaidi. Kwani magonjwa ni matokeo ya dhambi na

Mungu ndiye BWANA Mponyaji wetu (Kutoka 15:26), tunapoungama dhambi zetu sisi kwa sisi na kuombeana, Mungu hutupa msamaha na uponyaji.

Unapoomba kwa imani ya kiroho na katika upendo wa kiroho, utaona kazi kuu ya Mungu, utatoa ushuhuda wa upendo wa Bwana wetu, na umheshimu yeye.

2. Maombi ya Mwenye Haki Yana Uwezo na Huleta Matokeo Tarajiwa

Kulingana na Kamusi ya The Merriam-Webster Online Dictionary mtu mwenye haki ni mtu ambaye "hutenda kulingana na sheria ya kiungu au ya kimaadili: bila hatia au dhambi." Lakini Warumi 3:10 inatwambia kwamba, "Hakuna mwenye haki hata mmoja." Na Mungu anasema, "Kwa sababu sio wale waisikiao sheria walio wenye haki mbele za Mungu, bali ni wale waitendao sheria watakaohesabiwa haki" (Warumi 2:13), na "kwa sababu hakuna mwenye mwili atakayehesabiwa haki mbele zake kwa matendo ya sheria; kwa maana kutambua dhambi huja kwa njia ya sheria" (Warumi 3:20).

Dhambi iliingia ulimwenguni kupitia uasi wa Adamu mwanadamu wa kwanza aliyeumbwa, na watu wasiohesabika waliingia katika kuhesabiwa hatia kupitia kwa dhambi ya mtu mmoja (Warumi 5:12, 18). Kwa kuwa mwanadamu alipungukiwa na utukufu wa Mungu, mbali na Sheria, haki ya

Mungu imedhihirishwa, na hata haki ya Mungu huja kupitia kwa imani katika Yesu Kristo kwa wote waaminio (3:21-23).

Kwa kuwa "haki" ya ulimwengu huu hubadilika badilika kulingana na maadili ya kila kizazi, haiwezi kuwa kigezo cha haki. Hata hivyo, kwa kuwa Mungu habadiliki kamwe, haki Yake inaweza kuwa kigezo cha haki ya kweli.

Kwa hivyo, katika Warumi 3:28 tunasoma, "Basi, twaona ya kuwa mwanadamu huhesabiwa haki kwa imani pasipo matendo ya Sheria." Lakini, hatubatilishi sheria kwa imani yetu bali tunaithibitisha (Warumi 3:31).

Tukihesabiwa haki kwa imani, ni lazima tuzae matunda ya kuufikia utakatifu kwa kuwekwa huru kutokana na dhambi na kuwa watumwa wa Mungu. Ni lazima tung'ang'ane kuwa wenye haki kweli kweli kwa kuacha mambo yoyote yasiyokuwa kweli yanayopingana na Neno la Mungu na kuishi kwa kufuata Neno lake ambalo ni kweli yenyewe.

Mungu huwatangaza watu kuwa "wenye haki" ambao imani yao inaambatana na matendo na ambao wanang'ang'ana kuishi kwa kufuata Neno Lake siku baada ya siku, na kudhihirisha kazi yake kama itikio la maombi yao. Mungu anawezaje kumjibu mtu anayekuja kanisani lakini amejenga ukuta wa dhambi kati yake na Mungu kupitia kutowatii wazazi wake, kukosana na ndugu zake, na kufanya makosa?

Mungu hufanya maombi ya mwenye haki – yeye anayetii na kuishi kwa kufuata Neno la Mungu na kushikilia thibitisho la upendo wake kwa Mungu – uwezo na matokeo tarajiwa kwa kumpa nguvu ya maombi.

Katika Luka 18:1-18 kuna Mfano wa Mjane Msumbufu. Inasimulia juu ya mjane na kesi aliyomletea hakimu asiyemwogopa Mungu wala kumheshimu mwanadamu. Hata ingawa huyo hakimu hakumwogopa Mungu wala kujali sana juu ya watu, hatimaye aliishia kumsaidia huyo mjane. Huyo hakimu akasema moyoni mwake, "Ijapokuwa simchi Mungu wala sijali watu,"lakini, kwa kuwa mjane huyu ananiudhi, nitampatia haki yake, asije akanichosha kwa kunijia daima." (kif. 4-5).
Mwisho wa mfano huo Yesu alisema, "Sikilizeni asemavyo yule kadhi dhalimu, na Mungu, je! Hatawapatia haki wateule wake wanaomlilia mchana na usiku, naye ni mvumilivu kwao? Nawaambia, atawapatia haki upesi" (kif. 6-8).

Hata hivyo tukitazama hapa karibu yetu, kuna watu wanaosema kwamba ni watoto wa Mungu. Wanaomba usiku na mchana na kufunga kila mara, lakini hawapokei majibu yake. Watu kama hao lazima watambue kwamba machoni mwa Mungu hawajakuwa wenye haki bado.
Wafilipi 4:5-7 inatwambia, "Msijisumbue kwa neno lo lote; bali katika kila neno kwa kusali na kuomba, pamoja na kushukuru, haja zenu na zijulikane na Mungu. Na amani ya Mungu, ipitayo akili zote, itawahifadhi mioyo yenu na nia zenu katika Kristo Yesu." Kiwango cha mtu kupokea majibu ya

Mungu kiko tofauti tofauti, kutegemea ni kwa kiasi gani mtu amekuwa "mwenye haki" machoni pa Mungu na kuomba kwa imani na kwa upendo. Baada ya kutimiza sifa za mwenye haki na kuomba, anaweza kupokea majibu ya Mungu upesi na kumpa utukufu yeye. Kwa hivyo, ni muhimu sana kwa watu kuvunja ukuta wa dhambi unaosimama kumzuia Mungu, na wawe na sifa za kutangazwa kuwa "mwenye haki" machoni pa Mungu, na kuomba kwa bidii kwa imani na kwa upendo.

3. Kipawa na Uwezo

"Vipawa" ni zawadi zake ambazo Mungu huwapa bure na vinarejelea kazi maalumu ya Mungu katika upendo wake. Jinsi mtu anavyozidi kuomba, ndivyo anavyozidi kutamani na kuomba apate kipawa cha Mungu. Hata hivyo, wakati mwingine, anaweza kumwomba Mungu apewe kipawa kulingana na tamaa zake za udanganyifu. Hili linalenga kumletea maangamizi yeye mwenyewe na kwa kuwa hili si sawa machoni pa Mungu, ni lazima ajichunge nalo.

Katika Matendo 8 kuna mganga aitwaye Simoni, ambaye baada ya kuhubiriwa injili na Filipo, alimfuata Filipo kila mahali, na alishangazwa na ishara kuu na miujiza aliyoona (kif. 9-13). Simoni alipoona kwamba watu walimpokea Roho Mtakatifu kwa kuwekewa mikono na Petro na Yohana, aliwapatia mitume pesa na akawaomba akasema, "Nipeni na mimi uwezo huu, ili kila mtu nitakayemweka mikono yangu, apokee Roho Mtakatifu" (kif. 17-19) Petro alimjibu kwa kumkemea Simoni: "Fedha yako na ipotelee mbali pamoja nawe, kwa kuwa umedhania ya kuwa karama ya Mungu yapatikana kwa mali! Huna fungu wala huna sehemu katika jambo hili, kwa kuwa moyo wako si mnyofu mbele za Mungu. Basi, tubia uovu wako huu, ukamwombe Bwana, ili kama yamkini, usamehewe fikira hii ya moyo wako. Kwa maana nakuona u katika uchungu kama nyongo, na tena u katika kifungo cha uovu" (kif. 20-23).

Kwani vipawa hutolewa kwa wale wanaomwonyesha Mungu aishiye na kuokoa wanadamu, ni lazima vidhihirishwe chini ya usimamizi wa Roho Mtakatifu. Hivyo basi, kabla kumwomba Mungu atupatie vipawa, kwanza ni lazima tung'ang'ane kuwa wenye haki machoni pa Mungu.

Baada ya nafsi yetu kufanikiwa na tumejiumba na kuwa vyombo ambavyo Mungu anaweza kutumia, yeye huturuhusu kuomba vipawa katika msukumo wa Roho Mtakatifu na hutupatia vipawa tunavyoviomba.

Tunajua kwamba kila mmoja kati ya baba zetu wa imani alitumiwa na Mungu kwa malengo mengi. Baadhi yao walidhihirisha uwezo wa Mungu kwa kiasi kikubwa. Wengine walitoa unabii peke yake bila kudhihirisha uwezo wa Mungu, na bado wengine walifundisha watu peke yake. Jinsi walivyozidi kuwa na imani kamili na upendo, ndivyo Mungu aliwapa uwezo mkubwa zaidi na kuwaruhusu kudhihirisha kazi kubwa.

Alipoishi kama mwana wa mfalme wa Misri, Musa alikuwa na hasira kali sana na ya haraka, hivyo basi papo hapo akamwua Mmisri aliyekuwa amemfanyia vibaya Mwisraeli mwenzake (Kutoka 2:12). Hata hivyo, baada ya majaribio mengi, Musa alikuwa mtu mnyenyekevu sana, mnyenyekevu zaidi kuliko mtu mwingine yeyote katika uso wa nchi na kisha akapokea uwezo mkubwa. Aliwatoa Waisraeli kutoka Misri kwa kudhihirisha aina mbalimbali za ishara na maajabu (Hesabu 12:3).

Pia tunajua ombi la Nabii Eliya kama lilivyoandikwa katika Yakobo 5:17-18, "Eliya alikuwa mwanadamu mwenye tabia moja na sisi, akaomba kwa bidii mvua isinyeshe, na mvua haikunyesha juu ya nchi muda wa miaka mitatu na miezi sita. Akaomba tena, mbingu zikatoa mvua, nayo nchi ikazaa matunda yake."

Kama tulivyoona na kama Biblia inavyotwambia, maombi ya mwenye haki yana uwezo na huleta matokeo tarajiwa. Nguvu na uwezo wa mwenye haki hutofautishwa. Ingawa kuna aina ya maombi ambayo kwa hayo watu hawawezi kupokea majibu ya Mungu hata baada ya saa zisizohesabika za maombi, pia kuna maombi ya nguvu nyingi zinazoshusha majibu yake pia udhihirisho wa uwezo wake. Mungu anapendezwa na kukubali maombi ya imani, upendo, na kujitolea, na huruhusu watu wampe yeye utukufu kupitia vipawa mbalimbali na uwezo anaowapatia watu.

Hata hivyo, hatukuwa wenye haki tangu mwanzo; ni baada tu ya kumkubali Yesu Kristo peke yake ndipo sisi tumekuwa wenye haki kwa imani. Tunakuwa wenye haki jinsi tunavyozidi kufahamu dhambi kwa kusikia Neno la Mungu, kuacha mambo yasiyokuwa kweli, na kufanya nafsi zetu ziendelee. Zaidi ya hayo, tutabadilika na kuwa wenye haki zaidi jinsi tutakavyoishi na kutembea katika nuru na katika uadilifu, kila siku ya maisha yetu lazima ibadilishwe na Mungu ili pia tuweze kuungama kama mtume Paulo alivyofanya aliposema, "Ninakufa kila siku" (1 Wakorintho 15:31).

Ninamhimiza kila mmoja wenu atazame maisha yake mpaka kufikia sasa na aone kama kuna ukuta wa dhambi unaosimama katika njia yako ya kumfikia Mungu na kama ni hivyo, uvunjevunje mara moja.

Kila mmoja wenu naatii kwa imani, ajitoe katika upendo, na aombe kama mtu mwenye haki ili apate kuhesabiwa haki, apokee baraka zake katika kila kitu anachofanya, na ampe Mungu utukufu bila kusita, katika jina la Bwana wetu ninaomba!

Sura ya 6

Ikiwa Wawili Wenu Watakubaliana hapa Duniani

Kwa sababu hiyo nawaambia,
kwamba ikiwa wawili wenu watakapopatana hapa duniani
katika jambo lo lote watakaloliomba,
watafanyiwa
na Baba yangu aliye mbinguni.
Kwa kuwa walipo wawili watatu
wamekusanyika kwa jina langu,
nami nipo papo hapo katikati yao.

(Mathayo 18:19-20)

1. Mungu Anafurahia Kukubali Maombi katika Mapatano

Mithali ya Kikorea inatwambia, "Ni vizuri kuinua pamoja hata kama ni karatasi." Badala ya kujitenga na kujaribu kufanya kila kitu kivyako, msemo huu wa zamani sana unatufundisha, ubora utaongezeka na matokeo mazuri zaidi yanaweza kutarajiwa, wakati watu wawili au zaidi watafanya kazi pamoja. Ukristo ambao unaweka mkazo juu ya upendo kwa majirani na jumuia ya kanisa lazima uwe mfano mwema katika jambo hili pia.

Mhubiri 4:9-12 inatwambia, "Afadhali kuwa wawili kuliko mmoja; maana wapata ijara njema kwa kazi yao. Kwa maana wakianguka, mmoja wao atamwinua mwenzake. Lakini ole wake aliye peke yake aangukapo, wala hana mwingine wa kumwinua. Tena, wawili wakilala pamoja, hapo watapata moto; lakini mmoja aliye peke yake tu awezaje kuona moto? Hata ikiwa mtu aweza kumshinda yule aliye peke yake, wawili watampinga. Wala kamba ya nyuzi tatu haikatiki upesi." Vifungu hivi vinatufundisha kwamba watu wanapoungana na kushirikiana, uwezo mkubwa na furaha vinaweza kutolewa.

Vivyo hivyo, Mathayo 18:19-20 inatwambia jinsi ilivyo muhimu kwa waamini kuja pamoja na kuomba katika mapatano. Kuna "maombi ya mtu binafsi" ambayo kwa hayo watu huombea matatizo yao wenyewe ya mtu binafsi au kuomba huku wakitafakari juu ya Neno katika nyakati za utulivu. Na kuna "maombi katika mapatano" ambayo kupitia hayo watu kadha hukusanyika na kumlilia Mungu.

Kama Yesu anavyotwambia "wawili wenu wakipatana hapa duniani" na "walipo wawili watatu wamekusanyika kwa jina langu," maombi katika mapatano ni maombi ya wengi walio na nia moja. Mungu anatwambia kwamba anapendezwa na kukubali maombi katika mapatano na anatuahidi kwamba atafanya lolote tunalomwomba na kuwepo wakati wawili au watatu wanapokusanyika katika jina la Bwana wetu.

Tunawezaje kumpa Mungu utukufu na majibu tunayopokea kutoka kwake kupitia kwa maombi katika mapatano kule nyumbani na kanisani, na katika kundi letu na ushirika wetu? Natuchimbe katika umuhimu na njia za maombi katika mapatano na kutengeneza mkate wa uwezo wake ili tuweze kupokea chochote tunapoomba kwa ajili ya ufalme wake, haki yake, na kanisa, na kumheshimu sana.

2. Umuhimu wa Maombi katika Mapatano

Katika vifungu vya kwanza ambavyo Sura hii imetegemea, Yesu anatwambia, "Kwa sababu hiyo nawaambia, kwamba ikiwa wawili wenu watakapopatana hapa duniani katika jambo lo lote watakaloliomba, watafanyiwa na Baba yangu aliye mbinguni" (Mathati 18:19). Hapa tunapata jambo la kipekee kidogo. Badala ya kusema juu ya maombi ya "mtu mmoja," "watu watatu," au "watu wawili au zaidi," kwa nini Yesu alisema hasa "ikiwa wawili wenu watakapopatana hapa duniani katika jambo lolote watakaloliomba" na akaweka mkazo juu ya watu "wawili?

"Wawili wenu" hapa inasimamia, katika maneno ya uhusiano, kila mmoja wetu "Mimi" na watu wengine wote. Kwa maneno mengine, "wawili wenu" inaweza kumaanisha mtu mmoja, watu kumi, watu mia moja, au watu elfu moja, juu ya mtu binafsi.

Basi, umuhimu wa kiroho wa "wawili wenu" ni nini? Sisi tuna "ubinafsi" wetu wenyewe na Roho Mtakatifu mwenye hulka ya kivyake anakaa ndani yetu. Kama Warumi 8:26 inasema, "Kadhalika Roho naye hutusaidia udhaifu wetu, kwa maana hatujui kuomba jinsi itupasavyo, lakini Roho mwenyewe hutuombea kwa kuugua kusikoweza kutamkwa," Roho Mtakatifu ambaye yeye mwenyewe anatuombea hufanya mioyo yetu iwe mahekalu ambamo yeye hukaa.

Tunapokea mamlaka ambayo tuna haki ya kuwa nayo kama watoto wa Mungu wakati tunapoamini mara ya kwanza na kumkubali Yesu kama Mwokozi wetu. Roho Mtakatifu huja na kuzifufua roho zetu ambazo zilikuwa zimekufa kwa sababu ya dhambi yetu ya asili. Kwa hivyo, katika kila mtoto wa Mungu kuna moyo wake mwenyewe na Roho Mtakatifu mwenye hulka yake mwenyewe.

"Watu wawili duniani" maana yake ni maombi ya mioyo yetu wenyewe na maombi ya roho zetu ambayo ndio uombezi wa Roho Mtakatifu (1 Wakorintho 14:15; Warumi 8:26). Kusema "watu wawili duniani wakipatana katika jambo lolote watakaloomba" maanake ni kwamba haya maombi mawili yanatolewa kwa Mungu katika mapatano. Tena, Roho Mtakatifu anapojiunga na mtu mmoja katika maombi yake au watu wawili au zaidi katika maombi yao, ni kwa ajili ya "wawili wenu" duniani wakipatana katika jambo lolote watakaloliomba.

Kwa kukumbuka umuhimu wa maombi katika mapatano, ni lazima tuone utimizaji wa ahadi ya Bwanal "Kwa sababu hiyo nawaambia, kwamba ikiwa wawili wenu watakapopatana hapa duniani katika jambo lo lote watakaloliomba, watafanyiwa na Baba yangu aliye mbinguni" (Mathati 18:19).

3. Njia za Maombi katika Mapatano

Mungu anapenda kukubali maombi katika mapatano, hutoa majibu yake upesi kwa maombi kama hayo, na hudhihirisha kazi zake kuu kwa sababu watu humwomba yeye kwa moyo mmoja.

Kwa kweli litakuwa jambo la kububujisha furaha, amani, na utukufu usiokuwa na mwisho kwa Mungu kama Roho Mtakatifu na kila mmoja wetu ataomba kwa moyo mmoja. Tungeweza kushusha "jibu la moto" na kumtolea ushuhuda Mungu aishiye bila kusitasita. Lakini kuwa "moyo mmoja" si kazi rahisi na kuleta mioyo yetu katika mapatano, kuna kidokezi muhimu sana.

Tuseme kwa mfano mtumishi ana mabwana wawili. Si uaminifu wake na moyo wake wa utumishi utagawanyika kama kawaida? Tatizo linakuwa kubwa zaidi kama wale mabwana wawili wa huyo mtumishi wana haiba na matakwa tofauti. Tena, tuseme watu wawili walikuja pamoja kufanya mipango ya tukio fulani. Lakini, wakishindwa kuwa na nia moja na badala yake wabaki kutofautiana katika maoni yao, ni salama zaidi kuhitimisha kwamba mambo hayataenda vizuri sana. Licha ya hayo, kama hao watu kila mtu atafanya kazi yake mwenyewe na malengo mawili tofauti mioyoni mwao, kupanga kwao kunaweza kuonekana kwenda vizuri kwa nje, lakini matokeo yake hayatakuwa hivyo. Kwa hivyo, uwezo wa kuwa na nia moja ndio ufunguo wa kupokea jibu la Mungu, uwe unaomba peke yako, au unaomba na mtu mwingine, au unaomba na watu wawili au zaidi.

Basi tunawezaje kuwa wa moyo mmoja katika maombi?

Watu wanaoomba katika mapatano lazima waombe katika msukumo wa Roho Mtakatifu, watekwe na Roho Mtakatifu, wawe mmoja katika Roho Mtakatifu, na waombe katika Roho Mtakatifu (Waefeso 6:18). Kwa maana Roho Mtakatifu hubeba akili ya Mungu, hupeleleza mambo yote, hata vina vya Mungu (1 Wakorintho 2:10) na hutuombea kulingana na mapenzi ya Mungu (Warumi 8:27). Tunapoomba jinsi Roho Mtakatifu anavyoongoza akili zetu, Mungu anapendezwa na kukubali maombi yetu, hutupatia chochote tuombacho, na hata hujibu matamanio ya mioyo yetu.

Ili tuweze kuomba katika ujazo wa Roho Mtakatifu, ni lazima tuamini Neno la Mungu bila kuwa na tashwishwi, tutii katika kweli, tuwe na furaha siku zote, tuombe bila kukoma, na kushukuru katika hali zote. Ni lazima pia tumwite Mungu kutoka mioyoni mwetu. Tunapomwonyesha Mungu imani inayoambatana na matendo na kung'ang'ana katika maombi, Mungu hupendezwa na hutupa furaha kupitia kwa Roho Mtakatifu. Hili linaitwa "kujazwa na" na "Kusukumwa na" Roho Mtakatifu.

Waamini wapya wengine au wale ambao hawaombi kila mara bado hawajapokea uwezo wa maombi na kwa hivyo huelekea kuona maombi katika mapatano kuwa ya kuchosha na magumu. Watu kama hao wakijaribu kuomba kwa saa moja, wanajaribu kuibuka na aina zote za mada za maombi, kisha watashindwa kuomba kwa hiyo saa yote. Wanachoka na kuisha nguvu, wanangojea wakati uishe upesi kwa wasiwasi, na kuishia kupayuka katika maombi. Maombi kama hayo ni "maombi ya nafsi" ambayo Mungu hawezi kuyajibu.

Watu wengi, hata kama wamekuwa wakienda makanisani kwa zaidi ya muongo mmoja, maombi yao bado ni maombi ya nafsi. Watu wengi wanaolalamika au kuvunjika moyo kwa kukosa majibu ya Mungu hawawezi kupokea majibu yake kwa sababu maombi yao ni maombi ya nafsi. Lakini, hili si kusema kwamba Mungu amekataa maombi yao. Mungu anasikia maombi yao; ni kwamba tu hawezi kuyajibu.

Wengine wanaweza kuuliza, "Je, hili linamaanisha kwamba hakuna haja ya kuomba, kwa kuwa tunaomba bila msukumo wa Roho Mtakatifu?" Hivyo, navyo sivyo. Hata kama wakiomba katika mawazo yao peke yao, wanapomwita Mungu kwa bidii, malango ya maombi yatafunguka na watapokea uwezo wa kuomba na wataweza kuomba katika roho. Bila maombi, malango ya maombi hayawezi kufunguka. Kwa maana Mungu husikiliza hata maombi ya nafsi, mara tu malango ya maombi yanapofunguka, utaungana na Roho Mtakatifu, na utaomba katika msukumo wa Roho Mtakatifu, na upokee majibu uliyoombea awali.

Tuseme kuna mwana ambaye hakumpendeza baba yake. Kwa kuwa yule mwana hawezi kumpendeza baba yake kwa matendo yake, hawezi kupokea chochote atakachoomba kutoka kwa babake. Lakini, siku moja huyo mwana akianza kumpendeza baba yake kwa matendo, huyo baba ataona kwamba mwanawe anaupendeza moyo wake. Sasa, huyo baba ataanza kumchukuliaje huyo mwanawe? Kumbuka kwamba uhusiano wao haukuwa kama ulivyokuwa awali. Baba atapenda kumpa mwanawe chochote atakachomwomba, na mwana atapokea hata vitu alivyoviomba awali.

Vivyo hivyo, hata kama maombi yetu yanatoka katika fikira zetu, yatakapolimbikizana, tutapokea uwezo wa maombi na tutaomba katika njia inayompendeza Mungu, malango ya maombi yatakapofunguka kwa ajili yetu. Pia tutapokea hata mambo tuliyomwomba Mungu zamani na kutambua kwamba hajapuuza hata vitu vidogo katika maombi yetu.

Licha ya hayo, tunapoomba katika roho katika ujazo wa

Roho Mtakatifu, hatutachoka au kushindwa na usingizi au mawazo ya kidunia, bali tutaomba kwa imani na katika furaha. Hivi ndivyo ilivyo hata kundi la watu linaweza kuomba katika mapatano, kwa kuwa wanaomba katika roho na katika upendo wakiwa na nia moja na mapenzi mamoja.

Tunasoma katika kifungu cha pili cha vifungu ambavyo Sura hii imetegemea, "Kwa kuwa walipo wawili watatu wamekusanyika kwa jina langu, nami nipo papo hapo katikati yao" (Matthew 18:20). Watu wanapokusanyika pamoja kuomba katika jina la Yesu Kristo, watoto wa Mungu waliompokea Roho Mtakatifu kimsingi wanaomba katika mapatano, na Bwana wetu kwa hakika atakuwa mahali walipo. Kwa maneno mengine, kundi la watu waliompokea Roho Mtakatifu wanapokusanyika na kuomba katika mapatano, Bwana wetu atasimamia akili ya kila mmoja, awaunganishe kwa Roho Mtakatifu, na awaongoze wawe wa nia moja ili maombi yao yampendeze Mungu wetu.

Hata hivyo, kama kundi la watu haliwezi kukusanyika pamoja na kuwa na moyo mmoja, hilo kundi kwa jumla haliwezi kuomba katika mapatano au kuomba kutoka kwa moyo wa kila mhusika hata kama wanaombea lengo moja, kwa sababu moyo wa mhusika mmoja hauko katika mapatano na moyo wa mwingine katika hilo kundi. Kama moyo wa watu waliohudhuria hauwezi kuunganishwa na kuwa mmoja, kiongozi anapaswa aongoze kipindi cha sifa na kutubu ili moyo wa watu waliokusanyika uwe mmoja katika Roho Mtakatifu.

Bwana wetu atakuwa na watu wanaoomba wanapokuwa kitu kimoja katika Roho Mtakatifu, anaposimamia na kuongoza moyo wa kila mhusika. Maombi ya watu yanapokosa kuwa katika mapatano, ni lazima ieleweke kwamba Bwana wetu hawezi kuwa pamoja na watu kama hao.

Watu wanapokuwa kitu kimoja katika Roho Mtakatifu na kuomba katika mapatano, kila mtu atakuwa anaomba kutoka kwa moyo wake, atajazwa na Roho Mtakatifu, watatoa jasho milini mwao, na watakuwa na uhakika wa majibu ya Mungu wanayoomba huku dhoruba ya furaha kutoka juu ikiwafunika. Bwana wetu atakuwa pamoja na watu waombao katika njia hiyo, na maombi kama hayo ndiyo yanayompendeza Mungu hasa.

Kwa kuomba katika mapatano katika ujazo wa Roho Mtakatifu na kutoka moyoni mwako, ninatumaini kila mmoja wenu atapokea chochote aombacho katika maombi na hivyo basi umpe Mungu utukufu unapokusanyika pamoja na wengine kutoka kwa ushirika wako au kundi, na pia nyumbani au kanisani.

Uwezo Mkuu wa Maombi katika Mapatano

Uzuri mmoja wapo wa maombi katika mapatano ni tofauti ya kasi ambayo watu hupokea majibu kutoka kwa Mungu na aina ya kazi anazodhihirisha kwa sababu, kama mfano, kuna tofauti kubwa sana katika wingi wa maombi kati ya maombi ya dakika 30 ya mtu mmoja mwenye ombi moja na maombi ya dakika 30 ya watu kumi wenye ombi hilo hilo. Watu wanapoomba katika mapatano na Mungu apendezwe na akubali maombi yao, wao wataona udhihirisho usiopingika wa kazi ya Mungu na uwezo mkubwa wa maombi yao.

Katika Matendo 1:12-15, tunapata kwamba baada ya Bwana wetu kufufuka na kupaa mbinguni, kundi la watu pamoja na wanafunzi wake waliungana pamoja katika maombi kila mara. Idadi ya watu katika kundi hilo ilikuwa kama mia moja na ishirini. Katika tumaini lenye ari la kumpokea Roho Mtakatifu ambaye Yesu alikuwa amewaahidi, hawa watu walikusanyika kuomba katika mapatano mpaka siku ya Pentekoste.

> *Hata ilipotimia siku ya Pentekoste walikuwako wote mahali pamoja. Kukaja ghafula toka mbinguni uvumi kama uvumi wa upepo wa nguvu ukienda kasi, ukaijaza nyumba yote waliyokuwa wameketi. Kukawatokea ndimi zilizogawanyikana, kama ndimi za moto uliowakalia kila mmoja wao. Wote wakajazwa Roho Mtakatifu, wakaanza kusema kwa lugha nyingine, kama Roho alivyowajalia kutamka (Matendo 2:1-4).*

Kazi hii ya Mungu ni ya ajabu sana! Walipokuwa wanaomba katika mapatano, kila mmoja wa wale watu mia moja na ishirini walikusanyika wakampokea Roho Mtakatifu na wakaanza kusema kwa lugha nyingine. Mitume pia walipokea uwezo mkubwa kutoka kwa Mungu hivi kwamba idadi ya watu waliomkubali Yesu Kristo kupitia ujumbe wa Petro na wakabatizwa ilikuwa kama elfu tatu (Matendo 2:41). Aina zote za maajabu na ishara za miujiza zilipokuwa zinadhihirishwa na mitume, idadi ya waamini iliongezeka siku baada ya siku na maisha ya waamini pia yakaanza kubadilika (Matendo 2:43-47).

Basi [watawala, wazee, na waandishi] walipoona ujasiri wa Petro na Yohana, na kuwajua ya kuwa ni watu wasio na elimu, wasio na maarifa, wakastaajabu, wakawatambua ya kwamba walikuwa pamoja na Yesu. Na wakimwona yule aliyeponywa akisimama pamoja nao hawakuwa na neno la kujibu (Matendo 4:13-14)

Na kwa mikono ya mitume zikafanyika ishara na maajabu mengi katika watu; nao wote walikuwako kwa nia moja katika ukumbi wa Sulemani. Na katika wote wengine hapana hata mmoja aliyethubutu kuambatana nao; ila watu waliwaadhimisha Walioamini wakazidi kuongezeka kwa Bwana, wengi, wanaume na wanawake, hata ikawa katika njia kuu hutoa nje wagonjwa, na kuwaweka juu ya majamvi na magodoro, ili Petro akija, ngawa kivuli chake kimwangukie mmojawapo wao. Nayo makutano ya watu wa miji iliyoko kandokando ya Yerusalemu wakakutanika, wakileta wagonjwa, nao walioudhiwa na pepo wachafu; nao wote wakaponywa (Matendo 5:12-16).

Ulikuwa uwezo wa maombi katika mapatano yaliyowawezesha mitume kuhubiri Neno kwa ujasiri, kuponya vipofu, viwete, na wadhaifu, kufufua wafu, kuponya aina zote za magonjwa, na kuwafukuza pepo.

Yafuatayo ni masimulizi ya Petro ambaye wakati huo alikuwa amefungwa jela katika utawala wa Herode (Agripa 1), wakati uliojulikana sana kwa mateso yake dhidi ya Ukristo. Katika Matendo 12:5 tunapata, "Basi Petro akalindwa gerezani, nalo kanisa likamwomba Mungu kwa juhudi kwa ajili yake." Petro alipokuwa amelala, akiwa amefungwa kwa minyororo, kanisa lilikuwa linaomba katika mapatano kwa ajili ya Petro. Baada ya Mungu kusikia maombi ya kanisa, alimtuma malaika kumwokoa Petro.

Usiku kabla Herode kumtoa Petro na ashitakiwe, huyo mtume alikuwa amefungwa kwa minyororo miwili na alikuwa amelala huku walinzi wakiwa wamesimama kulinda katika lango (Matendo 12:6) Lakini, Mungu alidhihirisha uwezo wake kwa kumfungua minyororo na akalifanya lango la chuma la gereza lifunguke lenyewe (Matendo 12:7-10). Alipofika nyumbani kwa Maryamu mamake Yohana, ambaye pia aliitwa Marko, Petro aliwapata watu wengi walikuwa wamekusanyika na walikuwa wanamwombea (Matendo 12:12). Kazi kama hiyo ya kimiujiza ilikuwa matokeo ya uwezo wa maombi katika mapatano ya kanisa.

Jambo walilofanya kanisa kwa ajili ya Petro aliyekuwa amefungwa gerezani ni kuomba katika mapatano. Vivyo hivyo, tatizo linapozonga kanisa au magonjwa yanapowavamia waamini, badala ya kutumia mawazo na njia za wanadamu au kuwa na wasiwasi na kufadhaika, watoto wa Mungu lazima kwanza waamini kwamba atatatua matatizo yote waliyo nayo na waje pamoja katika nia moja na waombe katika mapatano.

Mungu huvutiwa sana na maombi ya kanisa katika mapatano, anapendezwa na maombi katika mapatano, na hujibu maombi kama hayo na kazi zake za kimiujiza. Hebu fikiri jinsi Mungu atakavyopendezwa kuona watoto wake wakiomba katika mapatano kwa ajili ya ufalme wake na haki yake!

Watu wanapojazwa Roho Mtakatifu na kuomba kwa roho yao, wanapokusanyika pamoja kuomba katika mapatano, wataona kazi kubwa ya Mungu. Watapokea uwezo wa kuishi kwa kufuata Neno la Mungu, watamshuhudia Mungu aishiye vile makanisa ya kwanza na mitume walivyofanya, watapanua ufalme wa Mungu, na kupokea chochote wanachoomba.

Tafadhali kumbuka kwamba Mungu wetu ametuahidi atatujibu tunauliza na kuomba katika mapatano. Kila mmoja wenu naaelewe barabara umuhimu wa maombi katika mapatano na kwa ari akutane na wale wanaoomba katika jina la Yesu Kristo, ili kwanza mwone uwezo mkuu wa maombi katika mapatano, mpokee uwezo wa maombi, na mwe wafanyakazi wa thamani wanaomshuhudia Mungu aishiye, katika jina la Bwana wetu ninaomba!

Sura ya 7

Unapaswa Kuomba na Tusife Moyo

Akawaambia mfano, ya kwamba imewapasa kumwomba
Mungu sikuzote, wala wasikate tamaa akasema,

"Palikuwa na kadhi katika mji fulani,
hamchi Mungu, wala hajali watu.
Na katika mji huo palikuwa na mwanamke mjane,
aliyekuwa akimwendea-endea, akisema,
'Nipatie haki na adui wangu.'
Naye kwa muda alikataa;
halafu akasema moyoni mwake,
'Ijapokuwa simchi Mungu wala sijali watu,
lakini, kwa kuwa mjane huyu ananiudhi,
nitampatia haki yake,
asije akanichosha kwa kunijia daima.'"
Bwana akasema, "Sikilizeni asemavyo yule kadhi dhalimu.
Na Mungu, je! Hatawapatia haki wateule wake
wanaomlilia mchana na usiku,
naye ni mvumilivu kwao?
Nawaambia, atawapatia haki upesi,"

(Luka 18:1-8).

1. Mfano wa Mjane Asiyekata Tamaa.

Yesu alipofundisha Neno la Mungu kwa makundi ya watu, hakusema nao bila mifano (Marko 4:33-34). "Mfano wa Mjane Asiyekata Tamaa" ambao ndio msingi wa sura hii unatuelimisha juu ya umuhimu wa kuomba bila kukoma, jinsi tunavyopaswa kuomba siku zote, na jinsi tunavyopaswa kuendelea bila kukata tamaa.

Wewe unaendelea kuomba namna gani ili upokee majibu ya Mungu? Je, unapumzika kuomba au umekata tamaa kwa sababu Mungu hajajibu maombi yako?

Katika maisha kuna matatizo na masuala mengi yasiyohesabika, makubwa na madogo. Tunapowahubiri watu injili na kuwaambia kuhusu Mungu aliye hai, wengine wanaomtafuta Mungu huanza kwenda kanisani ili watatue matatizo yao na wengine huenda kanisani ili wapate kutulizwa mioyoni mwao.

Bila kujali sababu za watu kuanza kwenda kanisani, wanapomwabudu Mungu na kumkubali Yesu Kristo, hujifunza kwamba, wao kama watoto wa Mungu, wanaweza kupokea chochote wanachoomba na wabadilishwe na kuwa wanaume wa maombi.

Kwa hivyo, watoto wote wa Mungu lazima wajifunze kupitia kwa Neno lake aina ya maombi yanayompendeza, waombe kulingana na mambo muhimu ya maombi, na wawe na imani ya kuvumilia na waombe mpaka wapokee matunda ya majibu ya Mungu. Hii ndiyo sababu watu wenye imani wanajua umuhimu wa maombi na huomba kila mara. Hawafanyi dhambi ya kukosa kuomba hata kama hawapokei jibu papo hapo. Badala ya kukata tamaa, wanaomba kwa ari zaidi.

Ni kwa imani kama hiyo peke yake ndipo watu wanaweza kupokea majibu ya Mungu na kumpa yeye utukufu. Lakini, hata ingawa watu wengi hukiri kwamba wanaamini, ni vigumu kupata watu wenye imani kubwa kama hii. Hii ndiyo sababu Bwana wetu anaomboleza na kuuliza, "Walakini, atakapokuja Mwana wa Adamu, je! Ataiona imani duniani?" (Luka 18:8).

Katika mji fulani kulikuwa na hakimu mbaya ambaye mjane mmoja alimwendea kila wakati na kumwomba, "Nipatie haki na adui wangu." Hakimu huyo mfisadi alitarajia hongo lakini huyo mjane maskini hakuweza kujimudu hata kutoa zawadi kidogo ya shukrani kwa huyo hakimu. Lakini, huyo mjane aliendelea kwenda kwa huyo hakimu na kumwomba na huyo hakimu aliendelea kukataa ombi la huyo mjane. Kisha siku moja, moyo wake ukageuka. Unajua ni kwa nini? Hebu sikiliza vile huyu hakimu mbaya alivyosema moyoni mwake:

"Ijapokuwa simchi Mungu wala sijali watu," lakini,

kwa kuwa mjane huyu ananiudhi, nitampatia haki yake, asije akanichosha kwa kunijia daima!" (Luka 18:4-5)

Kwa kuwa huyo mjane hakukata tamaa, aliendelea kumwendea na ombi lake, hata huyu hakimu mbaya hakuwa na lingine la kufanya ila kukubali matamanio ya huyo mjane aliyeendelea kumwudhi.

Mwisho wa mfano huu ambao Yesu alitumia kutupatia ufunguo wa kupokelea majibu ya Mungu, alihitimisha, "Sikilizeni asemavyo yule kadhi dhalimu, na Mungu, je! Hatawapatia haki wateule wake wanaomlilia mchana na usiku, naye ni mvumilivu kwao? Nawaambia, atawapatia haki upesi" (kif. 6-8).

Kama hakimu mbaya alisikiliza ombi la mjane, kwa nini Mungu mwenye haki asijibu watoto wake wanapomlilia? Wakiapa kupokea jibu kwa ajili ya tatizo maalumu, wafunge, wakeshe usiku wote, na wang'ang'ane katika maombi, kwa nini Mungu asiwajibu upesi? Nina hakika wengi wenu wamesikia visa ambamo watu wamepokea majibu yake katika kipindi cha maombi ya kiapo.

Katika Zaburi 50:15 Mungu anatwambia, "Ukaniite siku ya mateso; Nitakuokoa, na wewe utanitukuza. Kwa maneno mengine, Mungu anakusudia kwamba tumheshimu kwa kutujibu maombi yetu. Yesu anatukumbusha katika Mathayo 7:11, "Basi ikiwa ninyi, mlio waovu, mnajua kuwapa watoto wenu vipawa vyema, je! Si zaidi sana Baba yenu aliye mbinguni atawapa mema wao wamwombao!" Mungu, yeye ambaye bila kusita alitupatia Mwanawe mmoja na wa pekee afe kwa ajili yetu, anawezaje kukosa kujibu maombi ya watoto wake wapendwa? Mungu anapenda kutoa majibu ya haraka kwa watoto wake wampendao.

Lakini, kwa nini watu wengi sana wanasema kwamba ingawa wanaomba lakini bado hawajapata majibu yake? Neno la Mungu hasa linatwambia katika Mathayo 7:7-8, "Ombeni, nanyi mtapewa; tafuteni, nanyi mtaona; bisheni, nanyi mtafunguliwa. Kwa maana kila aombaye hupokea; naye atafutaye huona; naye abishaye atafunguliwa." Hiyo ndiyo sababu haiwezekani kwamba maombi yetu yakose kujibiwa. Lakini, Mungu hawezi kujibu maombi yetu kwa sababu ya ukuta uliosimama njiani mwetu na kumzuia, kwa sababu hatujaomba vya kutosha, au kwa sababu wakati haujafika wa kupokea majibu yake.

Tunapaswa kuomba siku zote bila kukata tamaa kwa sababu tunapovumilia na kuendelea kuomba kwa imani, Roho Mtakatifu huvunja huo ukuta unaosimama kati ya Mungu na sisi na hufungua njia ya majibu ya Mungu kupitia kwa toba.

Wakati kiasi cha maombi yetu kinapoonekana kutosha machoni pa Mungu, hakika atatujibu.

Katika Luka 11:5-8, Yesu anatufundisha tena kuhusu kuvumilia na kuendelea kuomba:

> *Ni nani kwenu aliye na rafiki, akamwendea usiku wa manane, na kumwambia, "Rafiki yangu, nikopeshe mikate mitatu, kwa sababu rafiki yangu amefika kwangu, atoka safarini, nami sina kitu cha kuweka mbele yake"; na yule wa ndani amjibu akisema, Usinitaabishe; mlango umekwisha fungwa, nasi tumelala kitandani mimi na watoto wangu; siwezi kuondoka nikupe." Nawaambia ya kwamba, ijapokuwa haondoki ampe kwa kuwa ni rafiki yake, lakini kwa vile asivyoacha kumwomba, ataondoka na kumpa kadiri ya haja yake.*

Yesu anatufundisha kwamba Mungu hakatai bali hujibu maombi yasiyokoma ya watoto wake. Tunapomwomba Mungu, ni lazima tuombe kwa ujasiri na kwa kuvumilia. Sio kusema ati udai tu lakini omba na uulize kwa uhakika kwa imani. Biblia mara nyingi inataja kina baba wengi wa imani waliopokea majibu kwa maombi kama hayo.

Baada ya Yakobo kushindana mweleka na malaika kandokando ya Mto Yaboki mpaka alfajiri, aliomba kwa bidii na akafanya madai ya nguvu ya baraka, akisema, "Sikuachi usiponibariki" (Mwanzo 32:26), na Mungu akaruhusu baraka kwa Yakobo. Kuanzia hapo na kwendelea, Yakobo aliitwa "Israeli" na akawa baba wa Waisraeli.

Katika Mathayo 15, mwanamke Mkanaani ambaye bintiye alikuwa anaugua kutokana na kupagawa na pepo kwanza alikuja kwa Yesu na kumwita, "Unirehemu, Bwana, Mwana wa Daudi; binti yangu amepagawa sana na pepo." Lakini, Yesu hakusema lolote (Mathayo 15:22-23). Yule mwanamke alipokuja mara ya pili, alipiga magoti mbele yake, na akamwomba, Yesu alisema tu, "Sikutumwa ila kwa kondoo waliopotea wa nyumba ya Israeli," na akakataa ombi la yule mwanamke (Mathayo 15:25-26). Yule mwanamke alipoendelea kumwomba Yesu tena, "Ndiyo, Bwana, lakini hata mbwa hula makombo yaangukayo mezani pa bwana zao," Ndipo Yesu akajibu, akamwambia, "Mama, imani yako ni kubwa; na iwe kwako kama utakavyo" (Mathayo 15:27-28).

Vivyo hivyo, ni lazima tufuate nyayo za kina baba zetu wa imani kulingana na Neno la Mungu na kuomba siku zote. Na tunapaswa kuomba kwa imani, tukiwa na uhakika, na kwa moyo wenye ari. Kwa kumwamini Mungu wetu anayeturuhusu kuvuna kwa wakati ufaao, ni lazima tuwe wafuasi halisi wa

Kristo katika maisha yetu ya maombi bila kukata tamaa.

2. Kwa Nini Tuapaswa Kuomba Siku Zote

Kama tu vile mwanadamu hawezi kuendeleza maisha bila kupumua, watoto wa Mungu waliompokea Roho Mtakatifu hawawezi kufika katika uzima wa milele bila kuomba. Maombi ni mazungumzo na Mungu aliye hai na pumzi za roho zetu. Kama watoto wa Mungu waliompokea Roho Mtakatifu hawawasiliani naye, watauzima moto wa Roho Mtakatifu, hivyo basi hawataweza tena kutembea katika njia ya uzima bali badala yake watapotoka na kuingia katika njia ya kifo, na mwishowe washindwe kuufikia wokovu.

Lakini, kwa kuwa maombi huanzisha mawasiliano na Mungu, tutafikia wokovu tunaposikia sauti ya Roho Mtakatifu na kujifunza na kuishi kwa kufuata mapenzi ya Mungu. Hata kama taabu itatokea njiani mwetu, Mungu atatupatia njia ya kujiepusha nazo. Pia atafanya kazi kwa wema wetu katika mambo yote. Kwa maombi pia tutaona uwezo wa mwenyezi Mungu anayetutia nguvu na kututuliza na kumshinda adui ibilisi, hivyo basi kumpa Mungu utukufu na imani yetu isiyoisha inayoweza kufanya yasiyowezekana yawezekane.

Kwa hivyo, Biblia inatuamuru tuombe bila kukoma (1 Wathesalonike 5:17) na haya ni "mapenzi ya Mungu" (1 Wathesalonike 5:18). Yesu alituwekea mfano halisi wa maombi kwa kuomba bila kukoma kulingana na mapenzi ya Mungu bila kujali wakati na mahali. Aliomba kule jangwani, juu ya mlima, na sehemu nyingine nyingi, na akaomba alifajiri na wakati wa usiku.

Kwa kuomba bila kukoma, kina baba zetu wa imani waliishi kwa kufuata mapenzi ya Mungu. Nabii Samweli anatwambia, "Walakini mimi, hasha! Nisimtende Bwana dhambi kwa kuacha kuwaombea ninyi; lakini nitawaelimisha katika njia iliyo njema, na kunyoka" (1 Samweli 12:23). Maombi ni mapenzi ya Mungu na amri yake; Samweli anatwamia kwamba kushindwa kuomba ni dhambi.

Wakati hatuombi au tunapopumzika kutoka kwenye maisha yetu ya maombi, mawazo ya kidunia hupenya katika akili zetu na kutuzuia tusiishi kwa kufuata mapenzi ya Mungu na tunakabiliwa na matatizo magumu kwa kuwa hatuna ulinzi wa Mungu. Kwa hivyo, watu wanapoingia majaribuni hunung'unika dhidi ya Mungu au huzidi kupotoka kutoka kwenye njia zake.

Kwa sababu hiyo, 1 Petro 5:8-9 inatukumbusha, "Mwe na kiasi na kukesha. Kwa kuwa mshitaki wenu Ibilisi, kama simba angurumaye, huzunguka-zunguka, akitafuta mtu ammeze.

Nanyi mpingeni huyo, mkiwa thabiti katika imani, mkijua ya kuwa mateso yale yale yanatimizwa kwa ndugu zenu walioko duniani" na kutuhimiza tuombe siku zote. Natuombe sio tu wakati kuna matatizo lakini siku zote, ili tuwe watoto wa Mungu waliobarikiwa ambao kila jambo lao maishani linaenda vizuri.

3. Kwa Wakati Ufaao Tutavuna

Wagalatia 6:9 inasoma, "Tena tusichoke katika kutenda mema; maana tutavuna kwa wakati wake, tusipozimia roho." Ndivyo ilivyo pia na maombi. Tunapoomba siku zote kulingana na mapenzi ya Mungu bila kukata tamaa na wakati ufahao kufika, tutavuna.

Mkulima akikosa subira punde tu baada ya kupanda mbegu na kufukua mbegu kutoka ardhini, au akishindwa kutunza miche na kungoja, atakuwa hana haja ya kujaribu kuvuna. Mpaka tupokee majibu ya maombi yetu, kujitoa na kuvumilia ni mambo ya lazima.

Licha ya hayo, wakati wa kuvuna ni tofauti kulingana na aina ya mbegu iliyopandwa. Mbegu nyingine huzaa matunda katika miezi michache huku nyingine zinaweza kuchukua miaka. Mboga na nafaka huvunwa kirahisi zaidi kuliko matunda au mimea adimu kama jinsengi. Kwa mimea ya thamani na ya ghali zaidi, tunahitaji kuwekeza wakati zaidi na kujitolea.

Ni lazima utambue kwamba maombi zaidi yanahitajika kwa matatizo makubwa na makali zaidi tunayoombea. Wakati Nabii Danieli alipoona maono kuhusu siku za usoni za Israeli, aliomboleza kwa wiki tatu, na akaomba, Mungu akasikia maombi ya Danieli siku ya kwanza na akamtuma malaika kuhakikisha kwamba huyo nabii alikuwa anafahamu haya (Danieli 10:12). Hata hivyo, mfalme wa uwezo wa hewani alipompinga malaika kwa siku ishirini na moja, malaika huyo aliweza kuja kwa Danieli siku ya mwisho, na ni wakati huo ndipo Danieli aliweza kujua kwa hakika (Danieli 10:13-14).

Ingekuwaje kama Danieli angekata tamaa na kuacha kuomba? Hata ingawa alifadhaika na kupoteza nguvu baada ya kuona maono, Danieli aliendelea katika maombi na mwishowe akapokea jibu la Mungu.

Tunapovumilia kwa imani na kuomba mpaka tupokee majibu yake, Mungu hutupatia msaidizi na kutuongoza kufikia majibu yake. Hiyo ndiyo sababu yule malaika aliyeleta majibu ya Mungu kwa Danieli alimwambia huyo nabii, "Lakini mkuu wa ufalme wa Uajemi alinipinga siku ishirini na moja; bali, tazama, huyo Mikaeli, mmoja wa hao wakuu wa mbele, akaja kunisaidia; nami nikamwacha huko pamoja na wafalme wa Uajemi. Sasa nimekuja kukufahamisha mambo yatakayowapata watu wako katika siku za mwisho; maana maono hayo ni ya siku nyingi bado" (Danieli 10:13-14).

Huwa unaombea matatizo ya aina gani? Je, maombi yako ni ile aina inayokifikia kiti cha enzi cha Mungu? Ili aweze kuelewa maono ya Mungu aliyokuwa amemwonyesha, Danieli aliamua kujinyenyekeza kwa kuwa hakula chakula chochote kitamu. Nyama wala divai havikuingia kinywani mwake, wala hakutumia mafuta yoyote kamwe mpaka wiki zote tatu zikaisha (Danieli 10:3). Danieli alipojinyenyekeza kwa hizo wiki tatu katika maombi ya kiapo, Mungu alisikia maombi yake na akamjibu siku ya kwanza.

Hapa, weka usikivu kwa ukweli kwamba ingawa Mungu alisikia maombi ya Danieli na akamjibu huyo nabii siku ya kwanza, ilichukua wiki tatu kwa majibu yake kumfikia Danieli. Watu wengi, wanakabiliwa na tatizo zito, hujaribu kuomba kwa siku moja au mbili na hukata tamaa haraka. Tabia kama hiyo inathibitisha imani yao haba.

Tunachohitaji sana katika kizazi chetu leo ni moyo ambao kwa huo tunamwamini Mungu wetu peke yake ambaye hakika hutujibu, kuvumilia, na kuomba, bila kujali wakati jibu la Mungu litakapokuja. Tunawezaje kutarajia kupokea majibu ya Mungu bila kuvumilia?

Mungu hutupa mvua katika majira yake, mvua ya majira ya majani kupukutika na ya majira ya kuchipuza, na kuweka wakati wa mavuno (Yeremia 5:24). Hiyo ndiyo sababu Yesu alitwambia, "Kwa sababu hiyo nawaambia, Yo yote myaombayo mkisali, aminini ya kwamba mnayapokea, nayo yatakuwa yenu" (Marko 11:24). Kwa maana Danieli alimwamini Mungu anayejibu maombi, alivumilia na hakupumzika kutoka kwenye maombi mpaka akapokea jibu la Mungu.

Biblia inatuambia, "Imani ni kuwa na hakika ya mambo yatarajiwayo, ni bayana ya mambo yasiyoonekana" (Waebrania 11:1). Mtu yeyote akiwa ameacha kuomba kwa sababu hajapokea jibu la Mungu, ni lazima asidhani kwamba ana imani au kwamba atapokea majibu ya Mungu. Kama ana imani ya kweli, hatakaa katika hali ya wakati huu bali badala yake ataomba bila kukoma na bila kukata tamaa. Hiyo ni kwa sababu anaamini kwamba Mungu, anayeturuhusu kuvuna tulichopanda na kutulipa kwa yale tuliyofanya, hakika atamjibu.

Kama Waefeso 5:7-8 isemavyo, "Basi msishirikiane nao.Kwa maana zamani ninyi mlikuwa giza, bali sasa mmekuwa nuru katika Bwana; enendeni kama watoto wa nuru," kila mmoja wenu awe na imani ya kweli, avumilie katika maombi kwa mwenyezi Mungu, na apokee kila kitu anachoomba, na aishi maisha yaliyojaa baraka za Mungu, katika jina la Bwana wetu Yesu Kristo ninaomba!

Mwandishi:
Dr. Jaerock Lee

Dr. Jaerock Lee alizaliwa Muan, Jimbo la Jeonnam, katika Jamhuri ya Korea, mwaka 1943. Akiwa na miaka kati ya ishirini na thelathini, Dr. Lee aliugua magonjwa mengi yasiyokuwa na tiba kwa muda wa miaka saba na alikata tamaa ya kupona na akawa anasubiri kifo. Siku moja majira ya kuchipua mwaka 1974, alipelekwa kanisani na dada yake na alipopiga magoti kuomba, Mungu aliye hai alimponya magonjwa yote mara moja.

Tangu wakati Dr. Lee alipokutana na Mungu aishiye kupitia uponyaji huo wa ajabu, amempenda Mungu kwa moyo wake wote na kwa uaminifu, na mnamo mwaka 1978 aliitwa ili awe mtumishi wa Mungu. Aliomba kwa dhati na kufunga mara nyingi sana ili aweze kujua kwa hakika mapenzi ya Mungu, ayatimize yote na kulitii Neno la Mungu. Mwaka 1982, alianzisha Kanisa Kuu la Manmin katika jiji la Seoul, Korea, na kazi nyingi za Mungu, ikiwa ni pamoja na miujiza ya uponyaji na maajabu, vimekuwa vikitendeka katika kanisa hili.

Mnamo mwaka 1986, Dr. Lee aliwekwa wakfu na kusimikwa kama mchungaji katika Mkutano wa Mwaka wa Kanisa la Yesu huko Sungkyul, Korea, na miaka minne baadaye, mwaka 1990, mahubiri yake yalianza kurushwa katika nchi za Australia, Urusi, na Ufilipino, na nchi nyingine zaidi kupitia kwa Far East Broadcasting Company, Asia Broadcast Station, na Washington Christian Radio System.

Miaka mitatu baadaye, mwaka 1993, Kanisa kuu la Manmin lilichaguliwa kuwa moja ya "Makanisa 50 Yanayoongoza Duniani" na jarida la Christian World la Marekani na alipata Shahada ya Heshima ya Uzamivu katika Theolojia (Honorary Doctorate of Divinity) kutoka chuo cha Christian Faith, Florida, Marekani, na katika mwaka 1996 alipata Ph. D. katika Huduma kutoka Kingsway Theological Seminary, Iowa, Marekani.

Tangu mwaka 1993, Dr. Lee amefanya utume/umisionari wa ulimwengu kwa kufanya mikutano mingi huko Tanzania, Argentina, L.A., jiji la Baltimore, Hawaii, na jiji la New York huko Marekani, Uganda, Japani, Pakistani, Kenya, Ufilipino, Hondurasi, India, Urusi, Ujerumani, Peru, Jamhuri ya Kidemokrasia ya watu wa Congo, na Israeli. Mnamo mwaka 2002 alipewa jina la "mchungaji wa ulimwengu wote" na magazeti maarufu ya Kikristo nchini Korea kutokana na kazi yake katika mikutano mbali mbali aliyoifanya nje ya nchi.

Kufikia Septemba mwaka 2010, Manmin Central Church ina washirika zaidi ya 100,000. Kuna makanisa yapatayo 9,000 ulimwengu mzima ambayo ni matawi ya Manmini Central Church yakiwemo makanisa 56 yaliyoko Korea, na wamisionari zaidi ya 132 wametumwa nchi 23, ikiwemo Marekani, Urusi, Ujerumai, Canada, Japan, China, Ufaransa, India, Kenya, na nyingine nyingi kufikia sasa.

Kufikia kuchapishwa kwa kitabu hiki, , Dr. Lee ameandika virabu 60, vikiwemo vile vilivyo maarufu kama Kuonja Uzima Wa Milele Kabila Mauti, Maisha Yangu Imani Yangu I & II, Ujumbe wa Msalaba, Kiasi cha Imani, Mbinguni I & II, Jehanamu, Amka, Isreali!, na Nguvu za Mungu. Vitabu vyake vimetafsiriwa katika zaidi ya lugha 44.

Makala yake ya Kikristo huchapishwa kwenye The Hankook Ilbo, The JoongAng Daily, The Chosun Ilbo, The Dong-A Ilbo, The Munhwa Ilbo, The Seoul Shinmun, The Kyunghyang Shinmun, The Korea Economic Daily, The Korea Herald, The Shisa News, na The Christian Press.

Mwenyekiti wa The United Holiness Church of Jesus Christ; Raisi wa Manmin World Mission; Rais wa Kudumu wa The World Christianity Revival Mission Association; Mwasisi na Mwenyekiti wa Bodi ya Global Christian Network (GCN); Mwasisi na Mwenyekiti wa World Christian Doctors Network (WCDN); na Mwasisi & Mwenyekiti wa Bodi ya, Manmin International Seminary (MIS).

Other powerful books by the same author

Heaven I & II

A detailed sketch of the gorgeous living environment the heavenly citizens enjoy and beautiful description of different levels of heavenly kingdoms.

The Message of the Cross

A powerful awakening message for all the people who are spiritually asleep! In this book you will find the reason Jesus is the only Savior and the true love of God.

Hell

An earnest message to all mankind from God, who wishes not even one soul to fall into the depths of hell! You will discover the never-before-revealed account of the cruel reality of the Lower Grave and hell.

Tasting Eternal Life Before Death

A testimonial memoirs of Dr. Jaerock Lee, who was born again and saved from the valley of death and has been leading an exemplary Christian life.

The Measure of Faith

What kind of a dwelling place, crown and reward are prepared for you in heaven? This book provides with wisdom and guidance for you to measure your faith and cultivate the best and most mature faith.

Awaken, Israel!

Why has God kept His eyes on Israel from the beginning of the world to this day? What kind of His providence has been prepared for Israel in the last days, who await the Messiah?

My Life My Faith I & II

Dr. Jaerock Lee's autobiography provides the most fragrant spiritual aroma for the readers, through his life extracted from the love of God blossomed in midst of the dark waves, cold yoke and the deepest despair.

The Power of God

A must-read that serves as an essential guide by which one can possess true faith and experience the wondrous power of God

www.urimbooks.com

www.ingramcontent.com/pod-product-compliance
Lightning Source LLC
LaVergne TN
LVHW061037070526
838201LV00073B/5078